अभिप्राय

सुधा मूर्ती यांच्या लेखनातून सहज शैलीचा प्रत्यय येतो. एका गुपिताच्या शोधाची ही कहाणी सांगताना मूर्ती यांनी ग्रामीण जीवनातील साधेपणाचे, निसर्गाशी येणाऱ्या सहवासाचे तसेच तिथल्या सकारात्मक परंपरेचेही वर्णन अतिशय प्रांजळपणे केले आहे. त्यामुळेच लहानांबरोबरच मोठ्यांनीही वाचावी अशी ही साहसकथा आहे.

लोकसत्ता, १६.१०.२०१६

हरवलेल्या मंदिराचे रहस्य

सुधा मूर्ती

अनुवाद
लीना सोहोनी

मेहता पब्लिशिंग हाऊस

✆ +91 020-24476924 / 24460313 / Mob. No. 9545000513
Email : production@mehtapublishinghouse.com
Website : www.mehtapublishinghouse.com

THE MAGIC OF THE LOST TEMPLE by SUDHA MURTY

Translated into Marathi Language by Leena Sohoni

हरवलेल्या मंदिराचे रहस्य / अनुवादित कादंबरी

अनुवाद : लीना सोहोनी

Email : author@mehtapublishinghouse.com

मराठी अनुवादाचे व प्रकाशनाचे हक्क : मेहता पब्लिशिंग हाऊस प्रा.लि., पुणे.

संस्थापक : सुनील अनिल मेहता

प्रकाशक : मेहता पब्लिशिंग हाऊस प्रा. लि.,
१९४१, सदाशिव पेठ, माडीवाले कॉलनी, पुणे ४११०३०.

मुद्रक : श्री मुद्रा

प्रकाशनकाल : सप्टेंबर, २०१६ / जानेवारी, २०१७ / जानेवारी, २०१८ / जानेवारी, २०२० / जानेवारी, २०२२ / मे, २०२३ /
पुनर्मुद्रण : डिसेंबर, २०२४

किंमत : ₹ २००

P Book ISBN 9789386175038
E Book ISBN 9789386175236
E Books available on : amazonkindle Apple Books Google Play Books

माझी लाडकी नात अनुष्का हिला...

प्रस्तावना

तीस वर्षांपूर्वीची गोष्ट. तेव्हा माझी मुलगी अक्षता छोटी होती. तिला आपल्या मित्रमैत्रिणींबरोबर लपाछपी खेळण्याची भारी आवड! एक दिवस मी माझ्या चार सोन्याच्या बांगड्या काढून एका छोट्या लाकडी पेटीत ठेवून अंघोळीला गेले. नंतर मी दुपारची झोपले. उठल्यावर थोडी कामं केली. अचानक संध्याकाळी मला त्या बांगड्या घालायची आठवण झाली. मी त्या बांगड्यांविषयी साफ विसरूनच गेले होते; पण जेव्हा मी ती लाकडी पेटी उघडली, तेव्हा त्यात फक्त दोनच बांगड्या होत्या.

मग मी राहिलेल्या दोन बांगड्यांची घरी खूप शोधाशोध सुरू केली. सगळ्यांना विचारलं. त्यावर अक्षता म्हणाली, ''हो अम्मा, मला ना त्या चमकणाऱ्या बांगड्या खूप आवडल्या. मग मी त्यातल्या दोन बांगड्या खेळायला घेतल्या. मी त्यांच्याशी लपाछपी खेळत होते; पण आता मला नाही आठवत त्या बांगड्या कुठे आहेत ते!'' ते ऐकून माझ्या छातीत धडकीच भरली.

मी अक्षताला खूप रागावले. त्या बांगड्या सोन्याच्या होत्या. मग आम्ही सगळ्यांनी मिळून त्या बांगड्या घरभर शोधल्या; पण त्यांचा कुठेच पत्ता नाही.

अक्षताला आपण उगीच इतकं रागावलो, असं जरा वेळानंतर मला वाटू लागलं. मग मी तिला जवळ घेतलं. मग आम्ही त्या बांगड्यांचा शोध घेणं थांबवलं. काही दिवसांनंतर मी त्या बांगड्यांचं विसरूनसुद्धा गेले.

या गोष्टीला तीस वर्षं लोटली. दरम्यान कितीतरी गोष्टी बदलून गेल्या होत्या. आता अक्षता स्वतःच दोन गोड मुलांची आई झाली

होती- कृष्णा आणि अनुष्का. एकदा त्या दोघी बंगळुरूला घरी आलेल्या असताना लपाछपी खेळत असताना बाहेरच्या खोलीतून काहीतरी जमिनीवर पडून फुटल्याचा आवाज झाला. मी घाईनं तिथं गेले, तर मुलींच्या हातून एक काचेची फुलदाणी फुटली होती आणि अक्षता त्यांना त्याबद्दल रागावत होती.

ती फुलदाणी साधी, सामान्य नव्हती. गेली पन्नास वर्षं ती आमच्या घरी होती. ती नवी असताना आम्ही ती आमच्या घरात एका कोपऱ्यात ठेवून त्यात ताजी फुलं आणून ठेवत असू. मग पुढे आम्ही त्यात प्लॅस्टिकची फुलं आणून ठेवली. त्यानंतर आमची कितीतरी घरं बदलून झाली; पण ती फुलदाणी मात्र तशीच नेहमीसारखी पुढच्या खोलीतील कोपऱ्यात एका टेबलावर उभी असायची.

मला माझ्या नातीची- अनुष्काची दया आली. ती लपंडाव खेळताना उत्साहाच्या भरात खिडकीच्या पडद्याआड लपायला गेली असता चुकून धक्का लागून ती फुलदाणी फुटली होती. तिनं काही ती मुद्दाम फोडलेली नव्हती. आणि नेमकी तिची आई त्याच वेळी तिथं आल्यामुळे अनुष्काच्या हातून ती फुटल्याचं उघडकीला आलं होतं. ती पन्नास वर्षं जुनी फुलदाणी फुटल्याबद्दल अक्षता खूपच चिडली होती. इतक्यात माझं लक्ष जमिनीकडे गेलं. जमिनीवर पडलेल्या काचांमध्ये माझ्या दोन सोन्याच्या बांगड्या चमकत होत्या.

मी त्या उचलल्या. आत्ता माझ्या हातात ज्या दोन बांगड्या होत्या, हुबेहूब तशाच बांगड्या आत्ता सापडल्या होत्या.

मी हसून माझ्या मुलीकडे, अक्षताकडे पाहिलं. ''अक्षता, या बघ माझ्या जुन्या बांगड्या. या तूच लपवून ठेवल्या होत्यास. आठवतंय का? तू पण तेव्हा लहानच होतीस.''

त्यावर तीही हसली, ''हो, अंधूक आठवतंय,'' ती म्हणाली. ''पण त्या वेळी तूसुद्धा मला भरपूर रागावली होतीस, हे मात्र अगदी

स्पष्ट आठवतंय.''

मग मी अनुष्काकडे वळून तिला जवळ घेतलं. ''मोठ्ठं काम केलंस तू अनुष्का. तू माझी हरवलेली दौलत आज मला शोधून दिलीस. या बांगड्या माझ्यासाठी फार महत्त्वाच्या आहेत- त्या मला माझ्या आजीनं दिल्या होत्या. आणि एक दिवस मी या तुला देईन.''

अनुष्का आनंदानं नाचू लागली. काहीतरी खूप महत्त्वाची गोष्ट तिला सापडली होती, याचा तिला फार आनंद झाला.

त्या रात्री मी कृष्णा आणि अनुष्का यांना जवळ घेऊन झोपले असताना माझ्या मनात एक विचार घोळत होता. 'एखाद्या लहान मुलाच्या हातून चुकून काहीतरी घडतं आणि अचानक त्यातून एका मोठ्या रहस्याचा शोध लागतो. लहान मुलं निरागस असतात. त्यांचं मन पूर्वग्रहदूषित नसतं. त्यामुळे ती आपल्यापेक्षा अगदीच वेगळा विचार करू शकतात. त्यांच्या मनाच्या या निर्मळपणामुळे, निरागसपणामुळेच ती दैनंदिन जीवनातल्या लहानसहान गोष्टींमध्येसुद्धा रस घेतात.'

या एका लहानशा घटनेमुळेच मला हे पुस्तक लिहिण्याची प्रेरणा मिळाली. म्हणून हे पुस्तक मी माझ्या छोट्याशा गोड नातीला, अनुष्काला अर्पण करते. माझ्या या पुस्तकातील कथेची नायिका तीच आहे- धीट, निश्चयी, खिलाडू वृत्तीची आणि रोज नित्यनवीन साहसांच्या शोधात असणारी!

मुलांनो, तुम्ही सर्व जण माझ्यासाठी खूप महत्त्वाचे आहात. तुमच्या सर्वांच्या अंगी जे चैतन्य वास करत असतं, त्यामुळेच मला लहान होऊन तुमच्यासारखा विचार करण्याची प्रेरणा मिळते आणि तुमच्यासाठी नवीन काहीतरी लिहायला सुचत जातं.

सुधा मूर्ती

बंगळुरू, ऑक्टोबर २०१५

अनुक्रमणिका

कुटुंब

अनुष्का आता बारा वर्षांची झाली होती, पण तिचं वागणं मात्र एखाद्या मुलासारखंच हूड होतं. तिला शारीरिक श्रमांच्या गोष्टी करायची आवड होती. मग ते धावणं असो, उड्या मारणं असो, गिर्यारोहण असो, नाहीतर भटकणं असो. तिचं सतत काही ना काही चालूच असायचं. तिला खाण्यापिण्याचीही प्रचंड आवड होती; पण स्वयंपाकघरात जाऊन स्वतः काही बनवेल तर शपथ! तिला इतर मुलांसारखं टीव्ही बघत बसणं मात्र मुळीच आवडायचं नाही. कार्टून बघण्यातही तिला काही रस नव्हता. तशी कधीकधी ती टीव्हीवर 'छोटा भीम' ही मालिका चालू असली की बघायची; पण तेही तिच्या आई-वडिलांच्या आग्रहाखातर. तिच्या वयाच्या इतर मुलींसारखा तिला नटण्यामुरडण्यात तर मुळीच रस नव्हता. आधुनिक फॅशनचे कपडे घालण्याची तिला खास काही आवड नव्हती. आपण कशा दिसतो, कुठले कपडे घालतो इत्यादी गोष्टींचा विचारही तिच्या मनात येत नसे. तिचे वडील, म्हणजे डॉ. शेखर तिला हौसेनं वेगवेगळे छान छान कपडे, स्कर्ट्स, हेअर बँड्स आणि माळा, बांगड्या इत्यादी गोष्टी विकत आणायचे; पण अनुष्का मात्र नेहमी जीन्स आणि टी-शर्ट अशाच पेहरावात भटकताना दिसे.

ती जेव्हा लहान होती, तेव्हा तिचे केस चांगले लांबसडक होते. तिची आई, उषा रोज तेल लावून तिचे केस विंचरून नीट वेण्या घालून द्यायची; पण अनुष्का मोठी झाल्यावर तिनं आईपाशी खूप हट्ट धरून केस कापून घेतले. तिच्या आईला, उषाला खरंतर तिचे काळेभोर दाट

केस खूप आवडायचे. त्यामुळे अनुष्कानं बॉबकट करण्याचा हट्ट धरल्यावर ती नाराज झाली; पण अखेर तिनं परवानगी दिली. कारण अनुष्कानं एकदा एखादी गोष्ट करायची ठरवली, की तिच्यापुढे कुणाचं काही चालत नसे.

आजचा दिवस अनुष्काच्या दृष्टीनं खूप महत्त्वाचा होता. अनुष्का बंगळुरूच्या केंद्रीय विद्यालयात सातवीच्या वर्गात शिकत होती. ही शाळा सीबीएसई बोर्डाची असून इंग्रजी माध्यमाची होती. आज अनुष्काच्या वार्षिक परीक्षेच्या निकालाचा दिवस होता. वर्गात बाईंनी जेव्हा अनुष्काच्या हातात प्रगतिपुस्तक ठेवलं, तेव्हा सर्वांत आधी तिनं आपण कितव्या क्रमांकानं उत्तीर्ण झालो आहोत, ते पाहिलं. खरंतर तिला स्वतःला या गोष्टीचं इतकं काही महत्त्व वाटत नसे; पण आपल्या वडिलांच्या दृष्टीनं वर्गात वरच्या क्रमांकानं उत्तीर्ण होणं किती महत्त्वाचं आहे, याची तिला चांगली कल्पना होती. अखेर तिच्या नजरेस पडलं. तिचा दहावा क्रमांक आला होता. 'आज डॅडींना नक्कीच वाईट वाटणार,' तिच्या मनात आलं.

अनुष्कानं मान वर करून पाहिलं. तिची मैत्रीण रम्या आनंदानं नाचत सुटली होती. ती वर्गात पहिली आली असणार, हे अनुष्काच्या लगेच लक्षात आलं. तिला हसू फुटलं. तिनं घाईघाईनं रम्यापाशी जाऊन तिचं अभिनंदन केलं.

थोड्याच वेळात अनुष्काच्या आजूबाजूला मैत्रिणींचा घोळका जमा झाला. आधी सगळ्यांनी एकमेकींना परीक्षेच्या निकालाबद्दल विचारलं. त्यानंतर दीड महिन्याच्या उन्हाळ्याच्या सुट्टीत कोण कोण काय काय करणार, याची चर्चा सुरू झाली. कुणी पोहण्याच्या वर्गात नाव नोंदवणार होतं, तर कुणाला संगीत किंवा नृत्याचे धडे घ्यायचे होते; पण अनुष्काच्या आई-वडिलांनी मात्र वेगळाच बेत आखला होता.

काही वेळातच शाळेची बस येऊन हजर झाली. अनुष्का मैत्रिणींचा निरोप घेऊन बसमध्ये शिरली. बस घराच्या दिशेनं निघाली आणि अनुष्काचं विचारचक्र सुरू झालं.

काही दिवसांतच अनुष्का तिच्या आई-वडिलांबरोबर कूर्गमध्ये असलेल्या एका हॉलिडे रिसॉर्टला जाणार होती. त्यांचा हा दर वर्षीचाच शिरस्ता होता. तिची आई बँकेत ऑफिसर होती. ती दहा दिवसांची सुट्टी घेत

असे. तिचे वडील डॉक्टर होते. तेही कामाची व्यवस्थित आखणी करून सुट्टी घेत. त्यांच्या हॉस्पिटलमध्ये उन्हाळ्यात रुग्णांची प्रचंड गर्दी होत असे. त्यातून सवड काढणं त्यांना खरं म्हणजे कठीण जायचं.

मग ते तिघंही हॉलिडे रिसॉर्टमध्ये जाऊन राहायचे. त्यांनी 'टाइम शेअर हॉलिडे रिसॉर्ट' योजनेत गुंतवणूक केली होती. त्यामुळे सुमारे दहा महिने आधीच त्यांना त्यांच्या सुट्टीची आखणी करावी लागे. आत्तापर्यंत त्यांनी अशा प्रकारे कोडाईकनाल, उटी, थरकूड, नैनिताल, मनाली आणि आणखी काही ठिकाणं पाहिली होती.

ते दर वेळी वेगवेगळ्या ठिकाणांना भेट देत असत हे जरी खरं असलं, तरी त्यांचा दिनक्रम मात्र ठरलेला असे. ते आधी रिसॉर्टमध्ये जाऊन वाणसामान, भाजी वगैरे घेऊन येत. मग उषा झटपट नाश्ता बनवायची. तिला जर कंटाळा आला असला, तर ते बाहेर जेवायला जात. भरपेट जेवण झाल्यावर मग निसर्गाच्या सान्निध्यात फेरफटका मारत. तिच्या वडिलांना फोटोग्राफीची आवड होती. त्यामुळे ते सगळ्या दृश्यांचे भराभरा फोटो काढत. त्या रिसॉर्टमध्ये जर पोहण्याचा तलाव असेल, तर मग अनुष्का आणि तिचे वडील पोहायचे. नंतर काठावरच्या आरामखुर्च्यांवर पहुडायचे. असे त्यांचे दिवस आरामात जायचे. बंगळुरूला परतण्याआधी उषा आणि अनुष्का आपापल्या मित्रमैत्रिणींसाठी छोट्या छोट्या भेटवस्तू विकत घेत. ही अशा तऱ्हेची ठरावीक, चाकोरीबद्ध पद्धतीने सुट्टी घालवण्याबद्दल अनुष्काच्या मनात काही खास प्रेम नव्हतं; पण तरी या वर्षी तिला त्यावर पाणी सोडायचं नव्हतं.

या वर्षी ते दहा दिवस कूर्गला जाणार होते. तिथून परत आल्यावर ती एका उन्हाळी शिबिराला जाणार होती. त्या शिबिरात काही आठवडे सर्वांना योग, रंगकाम, जलतरण आणि कलाकुसरीच्या वस्तू बनण्याचं प्रशिक्षण देण्यात येणार होतं. शिबिर संपेपर्यंत शाळेची सुट्टी संपून शाळा सुरू होण्याचीच वेळ येणार होती.

अनुष्काला खरंतर याहून वेगळं काहीतरी करायला नक्की आवडलं असतं; पण तिला वेगळं काही सुचतच नव्हतं. तिचं मन तिच्या आजोळी जाऊन पोहोचलं होतं. तिच्या आईच्या माहेरी. तिच्या आईचे आई-वडील इंदौरला राहत. उन्हाळ्यात इंदौर शहराची अवस्था एखाद्या तापलेल्या भट्टीसारखी असायची. या उन्हाळ्याच्या दिवसांत तिकडे

राहायला जाणं कुणालाच आवडत नसे; पण हिवाळ्यात इंदौरचे आजी-आजोबा बंगळुरूला दहा-बारा दिवस राहत असत. क्वचित कधीतरी दिवाळीच्या सुट्टीत उषा अनुष्काला घेऊन आठवडाभरासाठी इंदौरला जायची; पण अनुष्काला तिकडे अजिबात करमत नसे. तिकडे घरी सगळेच कन्नड बोलायचे, पण गावात सगळीकडे लोक हिंदी बोलत. शिवाय ती शाळेत जसं हिंदी शिकली होती, त्याहून तिकडचं हिंदी खूपच वेगळं होतं. कदाचित त्यामुळेही असेल, पण तिला तिकडे फारसे मित्रमैत्रिणी नव्हतेच.

अनुष्काचे वडील- शेखर यांचं स्वतःचं हॉस्पिटल होतं. डॉ. शेखर हा खरंतर एका शेतकऱ्याचा मुलगा. त्यांचे आई-वडील सोमनहळ्ळी नावाच्या एका छोट्याशा खेड्यात राहत. उत्तर कर्नाटकातील वरदा नदीच्या काठी हे गाव होतं. तिथं अजूनही त्यांचं मोठं घर होतं. दर वर्षी गणेशोत्सवाच्या काळात अनुष्का आपल्या आई-वडिलांबरोबर कारनं सोमनहळ्ळीला जात असे. बंगळुरूपासून कारनं चार तास लागत. गेल्यावर ते तिथं तीन-चार दिवस मुक्काम करत. डॉ. शेखर यांना स्वतःलाच त्या खेडेगावात राहायला विशेष आवडत नसे. त्यांना कधी एकदा बंगळुरूला परत जातो, असं व्हायचं. उषाची मात्र तिथं आणखी काही दिवस राहायला काही हरकत नसे. अनुष्काला सोमनहळ्ळी गाव खूप आवडायचं. मोठमोठी शेतं, एक छोटंसं रान आणि मोठमोठ्या टेकड्या. तिला रोज सकाळी उठून आजोबांबरोबर शेतात जायला खूप आवडायचं. आजोबांच्या शेतात तऱ्हतऱ्हेची फळं, भाज्या, भात, केळीच्या बागा असं बरंच काही बघण्यासारखं होतं. घरी गाईंचा गोठा होता. तिथं गाईंच्या आजूबाजूला हुंदडायला तिला खूप मजा यायची.

अचानक अनुष्का तंद्रीतून भानावर आली. बस थांबली होती. तिचं घर आलं होतं. ती घाईनं खाली उतरून घराकडे चालत निघाली. त्यांचं घर जयनगरमधील एका भल्यामोठ्या अपार्टमेंट कॉम्प्लेक्समध्ये चौथ्या मजल्यावर होतं. घरापाशी गेल्यावर अनुष्कानं बेल वाजवताच उषानं दार उघडलं.

आपल्या आईला दारात पाहून अनुष्काला आश्चर्याचा धक्काच बसला. "आई, तू आज ऑफिसमधून इतक्या लवकर घरी कशी काय आलीस?" ती आनंदानं म्हणाली.

पण तिच्या उत्तराची वाटही न बघता आपलं दप्तर आईकडे सोपवून ती आपल्या खोलीत कपडे बदलण्यासाठी गेली. जाता जाता तिनं

स्वयंपाकघरात डोकावून पाहिलं, तर त्यांची कामवाली बाई कावेरी, भाजी चिरत होती.

अनुष्काची आई उषा, तिच्या पाठोपाठ तिच्या खोलीत गेली. "हे बघ, या वर्षी आपल्याला सुट्टीत कूर्गला जायला जमणार नाही. तुझी जास्त निराशा नाही ना गं झाली?"

"अगं, माझ्या निराशेचं काही नाही. पण अम्मा, असं का बरं? काय झालंय?"

"अगं, मला दिल्लीला ट्रेनिंगसाठी जावं लागणार आहे. सक्तीचं आहे. थोड्याच दिवसांत मला निघावं लागणार आहे आणि हे ट्रेनिंग सहा आठवड्यांसाठी आहे, अनुष्का."

"ओह, आई. मला पण तुझ्याबरोबर दिल्लीला यायचंय," असं म्हणून अनुष्का आईच्या गळ्यात पडली.

आपल्या आईला जुनी मोठी शहरं आणि ऐतिहासिक वास्तू बघायला आवडतात, हे अनुष्काला माहीत होतं. उषा इतिहास विषयाची पदवीधर होती आणि ती अनुष्काला नेहमी जुन्या काळच्या इमारतींच्या गोष्टी सांगायची. काही वर्षांपूर्वी तिचे वडील, डॉ. शेखर यांना आग्र्याला एका चार दिवसांच्या कॉन्फरन्सला बोलावणं आलं होतं. तेव्हा उषा आणि अनुष्का त्यांच्याबरोबर गेल्या होत्या. शेखर दिवसभर त्यांच्या कॉन्फरन्समध्ये गुंतलेले असायचे. तेव्हा उषा आणि अनुष्का ताजमहाल, लाल किल्ला आणि हुमायूनचा मकबरा पाहायला गेल्या होत्या. त्या जुन्या इमारतींच्या पाठीशी काय काय कहाण्या दडल्या होत्या, त्या ऐकताना अनुष्का मंत्रमुग्ध झाली होती.

"नाही गं बेटा, मी या वेळी तुला बरोबर घेऊन जाऊ शकत नाही," उषा जरा दुःखी स्वरात म्हणाली. "मला तिथं माझ्या दुसऱ्या मैत्रिणीबरोबर एका खोलीत राहावं लागणार आहे. शिवाय आत्ता दिल्लीला खूप उकाडा असतो."

"इंदौरपेक्षा जास्त उकाडा असतो?"

"हो. अर्थातच!" उषा म्हणाली.

"म्हणजे आता पूर्ण उन्हाळ्याची सुट्टीभर मला या नाहीतर त्या शिबिरात घालवावी लागणार," अनुष्का वैतागून म्हणाली.

"अगदी असंच काही नाही," उषा म्हणाली. तिचा चेहरा विचारमग्न

दिसत होता. ''थांब, मला जरा या गोष्टीवर थोडा विचार करू दे. आपण यातून काहीतरी मार्ग काढू. तू उन्हाळ्याची सुट्टी कुठं घालवायचीस, ते आपण ठरवू. तू मला थोडा वेळ दे. मी तुझ्या डॅडींशीही बोलते...''

अनुष्काला मुळीच चिंता वाटत नव्हती. आपले आई-वडील आपली काहीतरी चांगलीच सोय करणार, यावर तिचा पूर्ण विश्वास होता.

त्या दिवशी तिचे वडीलसुद्धा कामावरून लवकर घरी आले. तोपर्यंत कामवाली बाई कावेरी स्वयंपाकपाणी उरकून निघून गेली होती. त्या तिघांचा दिनक्रम अत्यंत आखीवरेखीव होता. रोज सकाळी उषा पहाटे लवकर उठून सर्वांचा नाश्ता आणि दुपारचं जेवण बनवून ठेवायची. तिघं एकत्र नाश्ता करत. त्यानंतर अनुष्का बसमधून शाळेत जायची. उषा तिच्या स्कूटरनं ऑफिसला जायची आणि डॉ. शेखर त्यांची कार घेऊन हॉस्पिटलला जायचे. अनुष्काचे आई-वडील दुपारच्या जेवणाला एकदमच घरी येत. आई त्यानंतर लगेच परत ऑफिसला जाई, तर वडील मात्र जेवणानंतर जराशी वामकुक्षी घेऊन मगच संध्याकाळी हॉस्पिटलला जात. त्यांना परत यायला बराच उशीर व्हायचा. कधीकधी तर रात्रदेखील होत असे. पेशंट्स जास्त असले तर फार उशीर व्हायचा.

सगळा आठवडा असा जायचा; पण शनिवार-रविवार मात्र त्यांचा दिनक्रम याहून जरासा वेगळा असायचा. शनिवारी अनुष्का आणि उषा या दोघींनाही अर्धा दिवस सुट्टी असायची. मग उषा अनुष्काला पोहायला घेऊन जायची. रविवार उजाडला, की अनुष्काला अगदी नकोसं वाटे. कारण सगळा गृहपाठ उरकण्याचा हा दिवस होता. इकडे अनुष्का अभ्यासात डोकं घालून बसलेली असताना डॉ. शेखर आणि त्यांच्या मित्रमंडळींचा घरात गप्पांचा अड्डा जमलेला असायचा. कुणी गप्पा मारायला नसलं की ते उषाला मदत करायचे.

कावेरी रोज संध्याकाळी येऊन घरची साफसफाई, धुणं, भांडी आणि रात्रीचा स्वयंपाक उरकून परत जायची. त्यांच्या घरी सगळं काही ठरल्याप्रमाणे घड्याळाच्या तालावर व्हायचं. अनुष्काला त्या गोष्टीचा फार कंटाळा यायचा.

त्या रात्री जेवताना अनुष्कानं उन्हाळ्याच्या सुट्टीत कुठं राहायचं, हाच चर्चेचा विषय होता. पण सलग अर्धा तास चर्चा होऊनही त्यातून

काहीही निष्पन्न झालं नव्हतं. अनुष्काचं जेवणसुद्धा झालं. अखेर उषाच तिला म्हणाली, "अगं, तू बाहेरच्या खोलीत जाऊन टीव्ही लाव आणि 'छोटा भीम' बघत बस ना."

आपण इथं चर्चा ऐकत बसण्यापेक्षा बाहेर गेलेलं बरं, असं आईला वाटत असल्याचं अनुष्काच्या लक्षात आलं. ती उठून बाहेर गेली; पण तिथंही आपल्या आई-वडिलांची चाललेली चर्चा तिच्या कानावर पडतच होती.

"आपण अनुष्काला इंदौरला पाठवलं, तर?" उषानं आपल्या पतीला विचारलं.

"नको, नको. अगं, ती इथं बंगळुरूमध्ये वाढली आहे ना! तिथल्या उन्हाळ्याची तिला मुळीच सवय नाही. पण एक गोष्ट खरी. मी काही सलग सहा आठवडे तिची इथं काळजी घेऊ शकणार नाही. आपण असं केलं तर? माझ्या अम्मा-अप्पांना बोलावून घेतलं तर?" शेखर मोठ्यांदा स्वतःशीच म्हणाला.

"खरं सांगू? तुमचे आई-वडील एवढे जास्त दिवस इकडे येऊन राहतील, असं मला तरी वाटत नाही. अम्मा तर एक आठवड्याहून जास्त इथं राहूच शकत नाहीत. त्यांना लगेच दम्याचा त्रास सुरू होतो. मग त्यांना लगेच परत जावं लागतं. शिवाय आपलं हे घर इतकं छोटं. त्या दोघांना इथं अगदीच अवघडल्यासारखं वाटतं. त्यांना गावाकडे इतक्या भल्यामोठ्या घरात राहायची सवय आहे. अर्थात, ते जर यायला तयार झाले, तर मला आवडेलच. तुम्ही असं करा ना, त्यांना विचारूनच घ्या ना."

"डॉ. विवेक आहेत ना; त्यांच्याकडे ठेवू या का आपण अनुष्काला? ते आपल्या अनुष्काची नीट काळजी घेतील. ते आणि त्यांची बायको दोघंही तरुण आहेत, उत्साही आहेत. मदतीला कायम तयार असतात," डॉ. शेखर म्हणाले.

"अहो, उगाच काहीतरी काय! त्यांचं बाळ एक वर्षाचं आहे. आणि आपल्या मुलीला असं सहा आठवडे परक्याच्या घरी ठेवणं मला काही योग्य वाटत नाही. त्यापेक्षा तुमच्या आई-वडिलांशी बोललेलं बरं," उषा म्हणाली.

पण डॉ. शेखर यांना काही ते फारसं पटलेलं दिसलं नाही. "पण तुला या ट्रेनिंग कोर्सला जायलाच हवं का? येऊ शकत नाही असं सांग ना."

“नाही हो,” उषा म्हणाली, “मी गेल्या काही वर्षांत इतके वेळा काहीतरी सबबी सांगून हे ट्रेनिंग घेणं पुढे ढकललं आहे; पण आता अशी वेळ आली आहे, की मी जर हे ट्रेनिंग पूर्ण केलं नाही, तर मला माझ्या नोकरीत वरची श्रेणी कधीच मिळणार नाही.”

डॉ. शेखर यांना तिचं बोलणं पटलं. त्यांनी लगेच त्यांच्या वडिलांना फोन लावला. ते जरा वेळ त्यांच्याशी बोलत होते. त्यानंतर फोन ठेवून ते उषाला म्हणाले, “अप्पांनी वेगळंच सुचवलं. ते म्हणाले, आपण अनुष्कालाच त्यांच्याकडे पाठवावं. ते इतक्यात इकडे येऊ शकत नाहीत. कारण त्यांची एक गाय गाभण आहे. शिवाय उन्हाळ्यात सरसू आत्याच्या नातीचं लग्न आहे. शिवाय आता आंब्याचा मोसमही सुरू होईल, तेव्हा अप्पांना खूप काम असेल. खरं सांगायचं, तर त्यांना इकडे येणं जमणार नाहीये, म्हणून ते मला वेगवेगळ्या सबबी सांगत आहेत.”

डॉ. शेखर यांनी भलामोठा सुस्कारा सोडला.

“असं म्हणू नका हं,” उषानं त्यांना दटावलं, “अप्पा काही उगीच सबबी वगैरे सांगत नाहीयेत. ते खरं तेच बोलत आहेत. गाभण असलेली गाय, शेतीची कामं, घरचं लग्न या सगळ्या गोष्टी त्यांच्या दृष्टीनं खरोखरच महत्त्वाच्या आहेत. मी जसं माझं ट्रेनिंगला जाणं रद्द करू शकत नाही, त्याप्रमाणे तुमचे आई-वडील घर सोडून सहा आठवडे इकडे राहायला येऊ शकत नाहीत. पण त्यांनी जे सुचवलं आहे, त्यावर विचार करायला हरकत नाही. अनुष्कानं सोमनहळ्ळीला आजी-आजोबांकडे जाऊन राहायला काहीच हरकत नाही. तिथं ती अगदी सुरक्षित असेल. मला फक्त एकच वाटतं, की तिथं तिला खेळायला तिच्या वयाची कुणी मित्रमंडळी नसणार. मग तिचा वेळ कसा जाणार?”

“अगं, अप्पा म्हणत होते, गावच्या शाळेत नवीन मुख्याध्यापक आले आहेत. त्यांचा मुलगा आपल्या अनुष्काच्याच वयाचा आहे. शिवाय घरचंच लग्न आहे ना; तेव्हा खूप पाहुणे जमणार आहेत. माझ्या चुलतभावंडांची मुलंसुद्धा येतीलच की! त्यामुळे अनुष्का कंटाळेल, असं काही मला वाटत नाही. पण त्यापेक्षा आपण सरळ तिलाच विचारू या ना.”

उषानं हसून मान डोलावली. दोघांनी एकदमच तिला हाक मारली.

अनुष्का बाहेरच्या खोलीत टीव्हीवर 'छोटा भीम' बघत बसलेली असली, तरीही सर्व वेळ तिचे कान मात्र आई-वडिलांच्या बोलण्याकडेच लागून राहिले होते. आपण विवेककाकांकडे गेलेलं बरं, असा विचार तिच्या मनात चालला होता. पण सोमनहळ्ळीला घरात लग्न, शिवाय गोठ्यात कितीतरी गाईगुरं, मोठमोठी शेतं आणि शिवाय पाण्यात मनसोक्त डुंबायला नदीसुद्धा... या सर्व गोष्टींचा विचार करता तिला सोमनहळ्ळीला जाण्याची कल्पनाच अधिक आवडली होती.

ती आई-वडिलांपाशी जाऊन म्हणाली, "माझं ठरलं. मी आजी-आजोबांकडेच जाणार!"

उषानं सुटकेचा निःश्वास सोडला. तरी पण आपल्या मुलीला एवढ्या दिवसांसाठी गावाकडे पाठवून द्यायला तिचं मन तयार होत नव्हतं. तिला काळजी वाटत होती. तिचे पती शेखरही अगदी गप्प होते.

"ठीक आहे, ठरलं तर मग," उषा अनुष्काकडे वळून म्हणाली. "आपण उद्या रात्री लवकर झोपू. परवा पहाटे डॅडी तुला कारनं सोमनहळ्ळीला पोहोचवायला येतील. तुम्ही सहा वाजताच इथून निघा म्हणजे त्यांना त्याच दिवशी बंगळुरूला परत येता येईल. मी तुझं सामान, कपडे असं सगळं भरते आणि आजी-आजोबांसाठीसुद्धा काहीतरी देते."

"हो, तसं चालेल," डॉ. शेखर म्हणाले, "मी विवेकला बरोबर घेऊन जातो, म्हणजे मलाही एकट्याला परत यायला नको. तेवढीच सोबत होईल."

उषानं अनुष्काला जवळ घेऊन तिच्या डोक्यावरून हात फिरवला आणि दोघीही बाहेरच्या खोलीत टीव्ही पाहायला गेल्या.

खेड्याला भेट

त्यानंतर दोन दिवसांनी अनुष्का भल्या पहाटे उठली. झटपट अंघोळ करून, तयार होऊन ती स्वयंपाकघरात गेली. उषानं तिचे केस विंचरून दिले आणि तिला खायला दिलं. अनुष्का नाश्ता करत असताना उषा तिला म्हणाली, “बेटा, तू मला आणि ह्यांना सोडून पहिल्यांदाच एकटी चालली आहेस. तुझ्या आजी-आजोबांचं तुझ्यावर खूप खूप प्रेम आहे हे जरी खरं असलं ना, तरी आता त्यांचंसुद्धा वय झालंय. तू रोज आजीला स्वयंपाकघरात मदत करत जा, बरं का! भाज्या धुऊन देणं, पानं मांडणं, जेवणानंतर मागचं आवरणं, पाणी भरून ठेवणं अशी छोटी छोटी कामं तर तू नक्कीच करू शकशील.”

अनुष्कानं त्यावर नुसती मान हलवली; पण तिचं काही फारसं लक्ष नव्हतं. उषा म्हणाली, “मी तुझे चालण्याचे शूज, पोहोण्याचा पोशाख आणि स्लिपर्सच्या दोन जोड्या पॅक केल्या आहेत. कुठे उन्हातान्हात भटकायला गेलीस, तर डोक्याला टोपी घालायला विसरू नकोस. वाटेल तिथलं पाणी प्यायचं नाही हं. फक्त उकळलेलंच पाणी प्यायचं. बाहेर जाताना आजीकडून उकळून थंड केलेलं पाणी घेऊनच निघायचं. मी एक स्टीलची वॉटरबॅग दिली आहे. म्हणजे तुला पाणी कशात न्यायचं, हाही प्रश्न येणार नाही.”

“अम्मा, अगं तू इतकी काळजी नको करू...” अनुष्का म्हणाली.

“शिवाय मी तुला वाचायला काही गमतीशीर पुस्तकंसुद्धा बरोबर दिली आहेत. कर्नाटकमधल्या आणि भारतातल्या छोट्या छोट्या ऐतिहासिक गोष्टींची पुस्तकं आहेत ती. शिवाय रोज तुला आजोबांकडून छान छान

गोष्टी ऐकायला मिळतीलच. जेव्हा जेव्हा मला शक्य होईल, तेव्हा तेव्हा मी तुला फोन करीन. डॅडी तर तुला रोजच फोन करतील. अनुष्का, एक लक्षात ठेव- मला तुझ्याविषयी एकसुद्धा तक्रार येता कामा नये. आणि हो; तुला दिल्लीहून काय आणू? मला सांगून ठेव, म्हणजे मी आणीन.''

बोलता बोलता आपल्या आईचा गळा दाटून आल्याचं तिला जाणवलं. तिनं मान वर करून आईकडे बघताच तिचे डोळेही पाणावले आहेत, हे तिच्या लक्षात आलं.

''तुला पाहिजे ते आण, अम्मा,'' ती हळूच म्हणाली.

उषानं तिला जवळ घेऊन कुरवाळलं.

जरा वेळात डॉ. शेखरपण तिथं आले. एका फळांच्या करंडीकडे बोट दाखवत, उषा म्हणाली, ''यात सफरचंद आणि संत्री आहेत, ती जाताना घेऊन जा. शिवाय मी अप्पांसाठी बदाम आणि अक्रोडची दोन पाकिटं आणि अम्मांसाठी दोन सुती साड्या आणल्या आहेत उन्हाळ्यात नेसायला. त्यांना द्यायला विसरू नका हं. आणि मी थोडे कागदी फुलांचे रंगीत हार आणून ठेवले आहेत. गावच्या देवळासाठी. मागच्या खेपेला अम्मा इकडे आल्या होत्या तेव्हा त्यांना तसले हार हवे होते.''

अचानक उषानं अनुष्काला जवळ ओढून क्षणभर पोटाशी घट्ट धरून ठेवलं आणि मग निरोप घेतला.

आपल्या आईचा चेहरा इतका दुःखी कशामुळे झाला आहे, हेच अनुष्काला कळत नव्हतं.

अनुष्का आणि डॉक्टर शेखर सगळं सामान कारमध्ये ठेवत असतानाच विवेककाका तिथं आले. जरा वेळातच तिघंही कारमध्ये बसून सोमनहळ्ळीला जायला निघाले.

अनुष्काला एवढ्या लवकर उठण्याची सवय नसल्यानं ती पेंगुळली आणि जरा वेळात मागच्या सीटवर गाढ झोपून गेली. काही वेळानं तिला जाग आली तेव्हा तिचे वडील आणि विवेककाका यांच्या विविध विषयांवरील गप्पा रंगल्या होत्या.

विवेककाका म्हणाले, ''हरिहरला हरिहरेश्वरच्या मंदिराला लागूनच माझ्या चुलत भावाचं घर आहे. आपल्याला हवं तर वाटेत जरा वेळ त्यांच्याकडे थांबता येईल. बाथरूमला जाऊन जरा फ्रेशही होता येईल. शिवाय अनुष्कालाही थोडे पाय मोकळे करता येतील.''

"नको, नको. मला कुठेही न थांबता कित्येक तास ड्रायव्हिंग करण्याची सवय आहे. शिवाय आत्ता तरी रस्त्यात काही रहदारी नाही. तेव्हा आपण जर वाटेत थांबलो नाही, तर वेळेच्या आधी घरी पोहोचू." मग ते अनुष्काकडे वळून म्हणाले, "काय गं? बाथरूमसाठी वाटेत कुठं थांबायची गरज आहे का? तसं असलं, तर सांग. आपण हरिहरला थांबू."

पण अनुष्कानं मान हलवली.

मग शेखर विवेककाकाशी बोलू लागले, "मी जेव्हा लहान होतो ना, तेव्हा या प्रवासाला आठ तास लागायचे. मी त्या वेळी ते आठ तास कसे काढायचो, देव जाणे! पण आता काही ते शक्य नाही."

"तुझं बालपण कसं गेलं, शेखर?"

"काय सांगू, विवेक. ती एक मोठीच कहाणी आहे. तसा तर मी माझ्या आई-वडिलांचा एकुलता एक मुलगा. पण आमचं एकत्र कुटुंब होतं. माझ्या वडिलांना दोन मोठे भाऊ होते. प्रत्येकाला चार-चार मुलं. त्यामुळे घरात एकूण नऊ मुलं. आम्ही सगळे एकाच छपराखाली राहायचो. माझी आई खूपच शांत आणि सोशीक होती. ती सगळ्यांत धाकटी सून. त्यामुळे स्वयंपाकाचा संपूर्ण भार माझ्या घरच्यांनी तिच्यावरच टाकला होता. ती बिचारी सतत फक्त स्वयंपाकघरातच राबत असायची. आमच्या घरी सकाळच्या नाश्त्याचा बेतही ठरलेलाच होता. पोहे किंवा उपमा. मला यातलं काहीच आवडायचं नाही. अगदी क्वचित कधीतरी इडली नाहीतर डोसा असायचा. मी कधीतरी आईपाशी चिडचिड करायचो, हट्ट करायचो. पण एकत्र कुटुंबात असे एकट्या-दुकट्याचे लाड पुरवता येत नाहीत, असं सांगून ती माझी समजूत घालायची. मला त्या गोष्टीचा मनातून खूप राग यायचा."

"आता मला कळलं, आपल्या ऑफिसच्या कुठल्याच पार्टीत तू उपम्याला स्पर्शसुद्धा का करत नाहीस ते!" विवेक हसून म्हणाला.

"तेवढंच नाही, पण अनुष्काला नाश्त्याला काय हवंय, हेही मी तिला अगदी आवर्जून विचारतो. मी उषाला आधीच सांगितलंय, नाश्त्याला अनुष्काला जे काही खावंसं वाटेल, ते करत जा. उगाच स्वतःला करायला काय सोपं आहे, याचा विचार नको करूस. माझ्या स्वतःच्या बालपणी मी हे सगळं भोगलंय. त्याचा किती त्रास होतो, हे

चांगलं माहिती आहे मला. मी लहान असताना कपड्यांच्या बाबतीतही अगदी हे असंच असायचं. त्यातल्या त्यात मुलींना कपड्यांच्या बाबतीत थोडं तरी स्वातंत्र्य होतं; पण मुलांना मात्र एकाच ताग्यातलं कापड आणून एकसारखे शर्ट-चड्ड्या शिवण्यात यायच्या. म्हणजे शाळेतही गणवेश आणि घरीही गणवेश.''

त्यावर विवेक मोठ्यांदा हसला; पण डॉ. शेखर मात्र हसले नाहीत.

आपले वडील प्रत्येक वाढदिवसाला आपल्याला भल्यामोठ्या कपड्यांच्या दुकानात घेऊन जाऊन हवे ते कपडे घ्यायला का सांगतात, ते तिला आत्ता समजलं. खरंतर तिनं सुंदर रंगीबेरंगी, अत्याधुनिक कपडे घ्यावेत, असं त्यांना मनातून वाटे. पण तिला मात्र जीन्स आणि टीशर्टसारखे साधेच कपडे हवे असत. अर्थात, त्यांनी तिला तिच्या मनाविरुद्ध दुसरं काही विकत घेण्याची सक्ती मात्र कधीच केली नाही.

''पण शेखर, तुम्हाला घरी मजा भरपूर आली असेल,'' विवेक म्हणाला.

''अगदी खरं सांगू? मला एकत्र कुटुंबात राहायला मुळीच आवडायचं नाही. इतक्या मोठ्या कुटुंबात एकट्या-दुकट्याच्या गुणांची कुणाला काहीच कदर नसते. उदाहरणच द्यायचं झालं, तर मी अभ्यासात हुशार होतो; पण माझी चुलत भावंडं मात्र बेतास बात होती. पण तरीही आम्हाला सर्वांना एकाच शाळेत घालण्यात आलं होतं. पुढे माझ्या आई-वडिलांनी मला तिथून काढून हुबळीच्या शाळेत घातलं. आधी मी कन्नड माध्यमात शिकलो; पण ही नवी शाळा इंग्रजी माध्यमाची होती. माझ्या दृष्टीनं हा बदल खूपच मोठा होता. तिथं रुळणं मला फार जड गेलं. अखेर मी हुबळीच्या कर्नाटक मेडिकल कॉलेजमधून शिक्षण पूर्ण केलं. पुढचं शिक्षण बंगळुरूमध्ये घेतलं. एकदा बंगळुरूला आल्यावर मला मोठ्या शहारातून त्या खेडेगावात परत जायचं नव्हतं. मोठ्या शहरात कितीतरी संधी उपलब्ध असतात.''

''मग तुम्ही स्वतः उन्हाळ्याच्या सुट्टीत काय करायचात?''

''वेल, तसं करण्यासारखं फार काही होतंच कुठं? जेमतेम चार हजार वस्तीचं अत्यंत मरगळलेलं गाव होतं आमचं. उन्हाळ्याच्या सुट्टीत करणार तरी काय? अम्मा भरपूर पापड करायची. ते उन्हात वाळवायला घालायचं काम असे. मग मी आणि बाकीची मुलं वरखाली

फेऱ्या मारून गच्चीत पापड वाळत घालण्याचं काम करायचो. तेवढ्यात कधी अचानक पाऊस आलाच तर आम्हीच धावत जाऊन त्यावर प्लॅस्टिक अंथरायचो. ती वेगवेगळी लोणची घालायची. मग कैऱ्यांच्या फोडी करून देण्यासारखी कामं आम्ही करायचो. शिवाय वीज सारखी जायची, त्यामुळे लाकूडफाटा जमा करणं, हेही एक काम होतंच. घरात तसे नोकर होते; पण जर आम्ही लक्ष घातलं नाही, त्यांच्या बरोबरीनं काम केलं नाही, तर मग त्यांचीही टंगळमंगळ सुरू व्हायची. मला ती तसली कामं करायचा इतका कंटाळा यायचा. त्यापेक्षा मला पुस्तकं वाचण्याची इच्छा असायची. पण माझ्याकडे पुस्तकांचा जो काही तुटपुंजा साठा होता, तो शाळेची सुट्टी सुरू झाल्यानंतर आठवडाभरात संपूनसुद्धा जायचा. आमच्या गावात मुळी वाचनालयच नव्हतं. एका उन्हाळ्याच्या सुट्टीत माझ्या वडिलांनी मला कन्नड-इंग्लिश डिक्शनरी आणली होती. तर मी त्या सुट्टीत ती अख्खी डिक्शनरी पाठ करून टाकली होती.''

''मग काय, आता तुम्ही अनुष्काला पण डिक्शनरी भेट देणार वाटतं?'' विवेक गमतीनं म्हणाला.

''हो. उषानं तिच्या सामानात एक डिक्शनरी ठेवलेलीच आहे; पण ती काही फारशी अवघड डिक्शनरी नाहीये. ती लहान मुलांची आहे,'' असं म्हणून डॉ. शेखर यांनी गाडीत मागच्या बाजूला बसलेल्या अनुष्काकडे एक नजर टाकली, ''काय गं, जागी झालीस का? तुला काही खायला हवंय का?''

''नको,'' ती म्हणाली. आता आपल्यावरसुद्धा कदाचित अशीच डिक्शनरी पाठ करत वेळ घालवण्याची पाळी येणार की काय, असा विचार तिच्या मनात चमकून गेला.

''पण काहीही म्हणा, त्या गावाबद्दल तुमच्या मनात गोड आठवणी असतीलच ना?'' विवेक म्हणाला.

''म्हटलं तर हो, आणि म्हटलं तर नाही!'' डॉ. शेखर म्हणाले, ''माझ्या सर्व चुलत भावंडांनी त्यांच्या आई-वडिलांच्या मृत्यूनंतर वारसा हक्कानं त्यांच्याकडे आलेली मालमत्ता विकून टाकून ते गावच सोडलं. तो वडिलोपार्जित जमीनजुमला परक्याच्या हाती जाऊ नये, अशी आमच्या अप्पांची इच्छा होती. त्यामुळे ती सगळी शेती, जमीन, वाडा

सगळं काही मीच खरेदी केलं. चुलत भावंडांपैकी कुणीच आता तिथं नाही. सर्व जण नोकऱ्या धरून इतरत्र स्थायिक झाले आहेत. खरंतर या सगळ्या जमीनजुमल्याचा मला काय उपयोग आहे? मी बंगळुरूला स्थायिक झालो आहे. मी गावाला कधीही परत जाण्याची शक्यता नाही. मला तिथं एकसुद्धा मित्र नाही. मला तिथं इतकं परक्यासारखं वाटतं. गावात सगळीकडे धूळ, घाण... वीज तर सदान्कदा जाते. तिथं दिवस काढणं अगदी मुश्कील होऊन जातं. उषा मात्र तिथं मजेत असते हं. वडिलांच्या बँकेच्या नोकरीमुळे तिला लहान वयात गावोगावी फिरावं लागलं आहे. त्यांची दर थोड्या वर्षांनी बदली व्हायची ना! त्यामुळेच कदाचित तिला खेडेगावात राहण्याचं काही विशेष काही वाटत नाही. पण हे सगळं जरी खरं असलं, तरी ते गाव म्हणजे माझ्या आई-वडिलांचं सर्वस्व आहे. त्यांच्यासाठी ते जीव की प्राण आहे.''

''मग तुमचे कुणी नातेवाईक वगैरे आहेत की नाही तिकडे?''

''हो. तिथं माझी एक आत्या आहे. तिचं नाव सरसू. ती माझ्या वडिलांची सख्खी बहीण आहे. ती, तिची मुलं, नातवंडं सगळी तिथंच स्थायिक झाली आहेत. मला तर वाटतं, ती कधी कर्नाटकाच्या बाहेरसुद्धा पडलेली नाही. शिवाय माझा एक चुलतभाऊपण आहे. त्याचं मेडिकल स्टोअर आहे. त्याचा मुलगा आर्मी ऑफिसर असून सध्या तो दिल्लीत असतो. तो वर्षातून एकदा गावी येतो. त्या वेळी मी मुद्दाम तिकडे जाऊन त्याची भेट घेतो.''

''मग तुमचे वडील गावात काय करतात?''

''ओह्, ते ना; त्यांच्या कामाचा भरपूर मोठा व्याप आहे. ते गावच्या देवळाचे विश्वस्त आहेत. गावात कधीही कुणाकडे लग्नकार्य असलं, की त्यांना लोक सन्मानानं निमंत्रण देतात, वधू-वरांना आशीर्वाद देण्यासाठी. त्यांच्याकडे थोड्या गाई आहेत. ते जातीनं त्यांची काळजी घेतात. खरंतर त्या गाई जेमतेम लिटरभरच दूध देतात. त्यांची भाताची शेती आहे, नारळाची बाग आहे. त्याच्या मशागतीसाठी जो काही खर्च येईल तो ते स्वतः करतात. मजुरांची मजुरीसुद्धा तेच देतात; पण त्यातून जे काही पीक येईल, त्यातलं बरंचसं देवळालाच देतात. त्यांच्या बागेत पिकलेली केळी ते गावातल्या मुलांना मोफत वाटून टाकतात. कधीकधी शेतात पिकवलेल्या भाज्या ते विकतात. पण आजकाल

पेट्रोल इतकं महाग झालंय, की वितरणाचा खर्च परवडत नाही. पण तरीही त्यांच्या या सगळ्या उद्योगावर ते स्वतः अत्यंत खूश आहेत. आणि आमच्या अम्माचं तर सगळंच वेगळं. तिला कधी दोन माणसांपुरता मोजूनमापून स्वयंपाक करणं मुळी जमलंच नाही. ती किमान दहा लोकांना पुरेल एवढं अन्न शिजवून ठेवते. त्यांच्याकडे जे काही थोडेफार नोकर आहेत, ते फारसं काम करतच नाहीत. पण सगळे जुने विश्वासाचे आहेत. त्यांना भरपूर पगार तर मिळतोच, शिवाय जेवायलाही मिळतं. एकंदरीत पाहिलं, तर माझे आई-वडील अत्यंत सुखी, समाधानी आयुष्य जगतात.''

अनुष्काच्या मनात आजोबा आणि आजीबद्दल, त्यांच्या घराबद्दल विचार सुरू झाले. ती बऱ्याच वेळा तिथं गेली होती. गावाच्या जरासा बाहेर आजोबांच्या मालकीचा एक पंधरा एकरांचा जमिनीचा तुकडा होता. त्याला लागून भलीमोठी भाताची शेतं पसरलेली होती. त्या जमिनीवर आजोबांनी सुंदर बाग फुलवली होती. बागेच्या मधोमध नदीचा खळाळता प्रवाह वाहत होता. आजोबांनी तिथं एक छोटं गेस्टहाउस बांधलं होतं. त्याशिवाय तिथं कामाला असणाऱ्या माणसांसाठी झोपड्यासुद्धा बांधल्या होत्या. बागेभोवती चारही बाजूंनी भिंत बांधण्यात आली होती. भाताच्या शेतीभोवती अर्थातच अशी काही भिंत नव्हती. त्या बागेचा उल्लेख आजोबा 'फार्म' असा करायचे. अनुष्काचं तर त्या 'फार्म'वर प्रेमच जडलं होतं. तिथं केवढंतरी खळाळतं पाणी, भरपूर वारं, शुद्ध हवा होती. मोकळी जागा होती. जिकडे पाहावं तिकडं झाडंच झाडं होती. तिथं शिवाशिवी खेळताना खूप धम्माल यायची.

आजोबांचा स्वभाव खूप बोलका, गोष्टीवेल्हाळ होता. ते सकाळी लवकर उठून मॉर्निंग वॉकला निघायचे खरे; पण वॉक कसला तो! वाटेत जे कुणी भेटेल, त्याच्याशी थांबून गप्पा मारायच्या, त्याची आणि त्याच्या घरच्यांची चौकशी करून मगच आरामात पुढे जायचं. अशा रीतीनं घरातून निघाल्यापासून तब्बल तासाभरानं ते त्यांच्या फार्महाउसवर पोहोचायचे. तसं ते फार्महाउस घरापासून जास्तीत जास्त वीस मिनिटांच्या अंतरावर होतं. तिथं तासभर बागेत घालवून ते घरी परत जायचे. जाताना भाज्या आणि फळं घेऊन जायचे.

ते सोमनहळ्ळीत शिरले तेव्हा खूप ऊन होतं. सगळं गाव पेंगुळलेलं होतं. सर्वत्र शांत होतं. डॉ. शेखर यांचे वडील वाट पाहत दारातच उभे होते. त्यांच्या भोवती लोकांचा मोठा घोळका होता. त्यांतला एकही चेहरा डॉ. शेखर यांच्या ओळखीचा नव्हता. नंतर समजलं, की आपल्या गावात लहानाचे मोठे झालेले मोठ्ठे डॉक्टरसाहेब येणार म्हणून त्यांना बघण्यासाठी ही एवढी गर्दी जमली होती. शिवाय बाजूच्या बाकड्यावर किमान दहा रुग्ण मोफत तपासून घेण्यासाठी थांबले होते.

अनुष्का गाडीतून उतरून घरापाशी आली तेव्हा तिला दिसलं- आजोबा त्या सगळ्या लोकांना चहा देत होते. ती धावतच घरात शिरली आणि आजी-आजोबांच्या पाया पडली. आजीनं लगेच तिला प्रेमानं जवळ घेतलं. तिच्या मायेची ऊब अनुष्काला जाणवली. कुणीतरी येत असल्याचं डोळ्यांच्या कोपऱ्यातून तिला जाणवलं. तिनं पाहिलं, तर तो महादेव होता.

महादेव अठरा वर्षांचा होता. त्याचे वडील ग्रामपंचायतीच्या ऑफिसात कारकून होते, तर आई आजीच्या हाताखाली स्वयंपाकघरात काम करे. त्या कुटुंबाच्या मालकीचा लहानसा जमिनीचा तुकडा होता. शेतकी कॉलेजात शिकून पदवीधर व्हायचं, 'उद्यानविद्याशास्त्र' (हॉर्टिकल्चर) या विषयातलं ज्ञान मिळवायचं आणि पुढे स्वतःचं ग्रीनहाउस किंवा नर्सरी सुरू करायची, असं या महादेवचं स्वप्न होतं; पण शाळा शिकायची तर पैसा हवाच ना. नशिबानं त्याच्या शिक्षणासाठी आजोबा मदत करत होते. महादेवला त्याबद्दल त्यांचा खूप आदर वाटायचा. त्यांचे आपल्यावर खूप उपकार आहेत, याची त्याला चांगली जाणीव होती. तो आजी-आजोबांकडेच राहायचा आणि तिथून रोज बस पकडून कॉलेजला जायचा. उन्हाळ्याच्या सुट्टीत मात्र तो दिवसभर इतर कोणताही उद्योग न करता आजोबांना आणि आजीला कामात मदत करायचा.

महादेव आजीपाशी जाऊन म्हणाला, "आजी, मी अनुष्काचं सामान कुठे ठेवू?"

त्यावर शेखर म्हणाले, "अम्माच्या खोलीच्या शेजारच्या खोलीत नेऊन ठेव जा." मग त्यांनी आपला मित्र विवेक याची स्वतःच्या आई-वडिलांशी ओळख करून दिली. अनुष्का आणि शेखर कधीही सोमनहळ्ळीला आले, की ते त्याच खोलीत राहत.

“नको, नको,” आजी म्हणाली, “अरे, ती एकटी कशी झोपेल? त्यापेक्षा तिचं सामान माझ्याच खोलीत ठेव.”

“अगं, आजी, बंगळुरूला घरी मी माझ्या खोलीत एकटीच तर झोपते,” अनुष्का धीटपणे म्हणाली.

“बाळा, अगं हे काही बंगळुरू नव्हे,” आजी म्हणाली. “त्या खोलीपेक्षा माझी खोली जास्त हवेशीर आहे. शिवाय मी तुला रोज रात्री झोपण्याआधी गोष्टी सांगत जाईन!”

त्यावर अनुष्का जोरजोरात मान हलवून हसली.

महादेवनं आधी अनुष्काचं सामान आजीच्या खोलीत नेऊन ठेवलं. त्यानंतर त्यानं फळाच्या करंड्या, खाऊ आणि इतर सामान पुढच्या खोलीत आणलं. तिथलीच काही मुलं त्या सामानाकडे कुतूहलानं पाहत उभी राहिली. त्यांच्यातील फक्त एकच मुलगी अनुष्काच्या ओळखीची होती. त्या करंड्यांमधला खाऊ आणि ते कागदी फुलांचे सुंदर हार पाहून ती मुलं हरखून गेली होती.

अनुष्काच्या चेहऱ्यावरचे बुचकळ्यात पडल्याचे भाव पाहून आजोबा म्हणाले, “अनुष्का, या सुट्टीत तुझ्याशी खेळायला खूप मुलं आहेत. तुला ही मेधा तर माहितीच आहे ना? ही तुझी चुलतबहीण आहे, बरं का.”

मेधा गावच्या शाळेत सातवीत शिकत होती. ती कलाकुसरीत निपुण होती. ती रांगोळ्या आणि निसर्गचित्र फार सुंदर काढायची. ती काही अनुष्कासारखी धीट नव्हती; जरा बुजरी होती. पण तिला वयाच्या मानानं उत्तम घरकाम यायचं. ती मदतीला कायम तयारच असायची.

“आणि अनुष्का, हा बघ अमित,” आजोबा म्हणाले, “हा दिल्लीहून इकडे आलाय. तो तिकडे दिल्लीत केंद्रीय विद्यालयात शिकतो. तो ना डॉक्टरकाकांचा नातू आहे.”

अनुष्कानं मान डोलवली. तिला डॉक्टरकाका माहीत होते. त्यांचं नाव प्रकाश होतं. त्यांचं गावात एक मोठं दुकान होतं. त्या दुकानात सर्वकाही मिळायचं. ते दुकान खरंतर औषधांचं होतं; पण त्याशिवाय तिथं वाणसामान, दूध, वर्तमानपत्र आणि किराणासामानसुद्धा मिळायचं. त्या भागात औषधांचं तेवढं एकच दुकान होतं. गावातील गरीब

लोकांना डॉक्टरकडे जाणं परवडायचं नाही. मग काही लोक सरळ प्रकाशकाकांचा सल्ला विचारून त्यानुसार औषधं घेत. स्वतःला जो काही त्रास असेल त्याचं ते प्रकाशकाकांना तपशीलवार वर्णन करून सांगत. मग त्यांच्या सल्ल्यानुसार औषधपाणी घेत. म्हणूनच ते खरे डॉक्टर नसले तरीही त्यांचं नाव 'डॉक्टरकाका' पडलं होतं. या प्रकाशकाकांचा मुलगा म्हणजे अमितचे वडील सैन्यात कर्नल होते. त्यांच्या सतत बदल्या होत असत. पण तसं असूनही ते दर वर्षी नेमानं सोमनहळ्ळीला येत. ते अमितला प्रत्येक उन्हाळ्याच्या सुट्टीत इकडे पाठवत असत. प्रत्येक माणसाला आपल्या मूळ गावाची चांगली ओळख झाली पाहिजे, तरच माणसाचा देशाभिमान जागृत होऊ शकतो, असं त्यांचं मत होतं. त्यामुळे काहीही झालं, तरी अमितचं आणि सोमनहळ्ळी गावाचं नातं जुळलंच पाहिजे, असं त्यांना वाटे.

अमित जेव्हा पहिल्यांदा उन्हाळ्याच्या सुट्टीत सलग दोन महिने गावी येऊन राहिला, तेव्हा सुरुवातीला त्याला खूप जड गेलं. त्याला गावच्या राहणीमानाची सवय होऊन इथं रुळायला काही दिवस जावे लागले. पण मग सवय झाली. आता मात्र आई-वडिलांना सोडून तो एकटाच सुट्टीत इकडे येऊन राहायचा. त्याला हिंदी खूप छान बोलता यायचं. तो दिवसभर वरदा नदीत डुंबत असायचा आणि संध्याकाळी त्याच्या आजोबांच्या दुकानात जाऊन बसायचा.

जवळच एक मुलगा फळांच्या करंडीतील फळं उचलून निरखून बघत होता. त्याच्याकडे बोट दाखवून अनुष्काचे आजोबा म्हणाले, "तो तिकडे उभा आहे ना, त्याचं नाव आनंद. तो इथल्या शाळेच्या मुख्याध्यापकांचा मुलगा आहे. मुख्याध्यापकांचं नाव शंकर. हा आनंद आठव्या इयत्तेत शिकतो. ते सगळे आधी मैसूरला राहत होते. नुकतेच इकडे राहायला आले आहेत. आनंद खूप हुशार आहे हं. त्याला वाचनाची आवड आहे. कॉम्प्यूटर्स आणि इतर बऱ्याच विषयांची त्याला माहिती आहे. त्यांच्या घरी शिक्षणाचं वातावरण आहे. तो आणि त्याचे वडील राजकारण, इतिहास, पदार्थविज्ञान आणि इतर अनेक विषयांवर रोज चर्चा करत असतात."

"शंकर कुठे आहे?" डॉ. शेखर यांनी खुर्चीत निवांत बसून आपल्या वडिलांना प्रश्न केला.

"शंकर? ओहो... म्हणजे शंकर मास्तर का? ते तर आत्ता या वेळी त्यांच्या शाळेत असतील," आजोबा म्हणाले.

"त्यांची पत्नी गौरी माझ्याच एका मैत्रिणीची मुलगी आहे," आजी म्हणाली, "त्यामुळेच आम्ही त्या कुटुंबाची इथल्या शेजारच्याच घरात राहण्याची सोय केली आहे. नाहीतरी ते घर गेली कित्येक वर्षं बंदच होतं."

"आणि त्या रस्त्यापलीकडच्या घराचं काय झालं?" डॉ. शेखर म्हणाले. त्यांच्या दोन काकांची दोन घरं रिकामीच पडली होती, त्याची त्यांना आठवण झाली.

"ते घर ना? त्याला आम्ही कुलूप लावून ठेवलंय. त्याचा काही भाग आम्ही सामानसुमान ठेवायला वापरतो आणि राहिलेल्या भागाची छान साफसफाई करून तिथं पाहुण्यांची उतरण्याची सगळी व्यवस्था करून ठेवलेली आहे. गावात कधीही कुणाकडे लग्न वगैरे असलं, तर वऱ्हाडाची उतरण्याची सोय तिथंच करण्यात येते," आजोबा म्हणाले.

"का बरं? गावात मंगल कार्यालय नाही?" अनुष्का म्हणाली.

"नाही गं. खेडेगावात कुठलं आलंय मंगलकार्यालय? लग्नसोहळा लोकांच्या घरीच पार पडतो आणि आलेल्या पाहुण्यांची व्यवस्था शेजाऱ्यापाजाऱ्यांकडे केली जाते," आजोबा तिला समजावून सांगत होते.

"अप्पा, दुपारचं जेवण झालं की मात्र मी लगेच परत निघणार," डॉ. शेखर त्यांना थांबवत मध्येच म्हणाले, "मला आजच बंगळुरूला परत जावं लागेल. उषा दुपारीच दिल्लीला निघणार आहे."

"अरे, हे बघ. मी थोडी केळी, शहाळी, दहा किलो तांदूळ आणि शंभर लिंबं काढून ठेवली आहेत. ते सगळं न विसरता घेऊन जा. शिवाय आपल्या घरच्या बागेतली थोडी भाजी आणि आंबेही ने. सगळं सेंद्रिय खतांवर वाढवलेलं आहे बरं का!"

"अहो, अप्पा, काहीतरीच काय? मी नाही यातलं काही घेऊन जाणार. ते सगळं तिकडे वाया जाईल. तिथं बंगळुरूला ते शहाळ्यातलं पाणी कोण काढून देणार मला? त्यापेक्षा माझ्या हॉस्पिटलच्या समोर शहाळं विकायला एक माणूस बसतो. तो मला शहाळं फोडून त्यात स्ट्रॉ घालून पाणी प्यायला देतो. आणि तांदळाचं म्हणाल, तर गेल्या खेपेला

इथून नेलेले तांदूळसुद्धा अजून संपलेले नाहीत. आता पुढचे काही दिवस मी घरी एकटाच असणार आहे. त्या शंभर लिंबांचं लोणचं कोण घालणार? मी फक्त दहा लिंब तेवढी घेऊन जातो. बाकी काही नको.''

त्यावर आजोबा म्हणाले, ''अरे, मग विवेकला दे ना हे सामान.''

अनुष्काला आजोबांचा आवाज थोडा दुःखी वाटला.

त्यावर विवेक घाईघाईनं म्हणाला, ''एवढं सामान मला? नको नको. मी यातलं अर्धं घेऊन जाईन. तेवढं पुरे झालं.''

त्यावर आजोबा म्हणाले, ''अरे, पण गड्यानं मगाशीच सगळं तुमच्या गाडीत नेऊन ठेवलंय ना. मग असं करा, तुम्हाला जे नको असेल, ते वाटेत एखाद्या जवळपासच्या देवळात नेऊन द्या ना.''

त्यावर डॉक्टर शेखर स्वतःशीच पुटपुटले, ''देवळात काय नेऊन द्या? घराजवळचं देऊळसुद्धा कितीतरी दूर आहे. अप्पांना बंगळुरू शहरातल्या अंतरांची आणि रहदारीची काही कल्पनाच नाहीये.''

एकीकडे आजीनं जेवणाची तयारी सुरू केली होती. तिथं जेवणासाठी डायनिंग टेबलावर केळीची पानं मांडली होती.

अनुष्काला आपल्या आईचं बोलणं आठवलं. ती आजीकडे जाऊन म्हणाली, ''आजी, मी तुला मदत करू?''

''किती गोड पोरगी आहे ही!'' आजी म्हणाली, ''पण राहू देत गं. आज तुझ्या बाबांबरोबर बसून नीट जेव बघू.''

''नको, नको. त्यापेक्षा मी सगळ्यांसाठी पाणी घेते,'' अनुष्का म्हणाली.

''हे पाणी उकळून गार केलेलं आहे ना?'' डॉ. शेखर आपल्या आईकडे वळून म्हणाले.

''शेखर, अरे काळजी करू नकोस. मीसुद्धा एका डॉक्टरची आई आहे म्हटलं. स्वच्छ पाण्याचं महत्त्व मीसुद्धा जाणून आहे. इथं आपल्या घरी वॉटरफिल्टरसुद्धा आहे,'' असं म्हणत आजी टेबलावर प्रत्येकाच्या पेल्यात पाणी वाढून घेऊ लागली.

''मी लहान असताना चक्क नदीचं पाणी प्यायचो. पण एक मात्र खरं, मी कधी आजारी वगैरे पडलो नाही. कदाचित त्या वेळी नद्यांचं पाणी इतकं प्रदूषित नसेल,'' शेखर म्हणाले.

आजीनं खपून जेवणात कितीतरी पदार्थ बनवले होते; पण डॉक्टर शेखर फारच मोजकं जेवून उठले. काही काही पदार्थ तर त्यांनी उष्टावलेसुद्धा नाहीत. ते म्हणाले. "अम्मा, मी फार जेवणार नाही हं. जास्त जेवण झालं तर मला झोप येईल आणि मग ड्रायव्हिंग करणं कठीण होऊन बसेल."

ते ऐकून आजीचा विरस झाला; पण तिनं स्वतःला सावरलं, "गाडी नीट चालव. आणि हे बघ, अनुष्काची काळजी करू नकोस. तिचा वेळ इथं अगदी मजेत जाईल. मी तिच्यासाठी केवढेतरी बेत आखून ठेवले आहेत. रोज सकाळी मी इथं घरातल्या गोष्टींमध्ये तिचं मन रमवीन आणि दुपारचं तिला मित्र-मैत्रिणींबरोबर खेळायला पाठवत जाईन. मी तिच्यासाठी रेशमी परकर-पोलकं शिवलंय," आजी म्हणाली.

"आणि मी तिला माझ्याबरोबर मॉर्निंग वॉकला घेऊन जाणार आहे. वाटेत तिला कितीतरी वेगवेगळे पक्षी, प्राणी पाहायला मिळतील. बंगळुरूमध्ये असलं काही कधी बघायला मिळणार नाही. उषालाही सांग, म्हणावं तिची काळजी करू नकोस. आम्ही इथून रोज एकदा तरी उषाला फोन करू."

जरा वेळात डॉ. शेखर आणि विवेक सर्वांचा निरोप घेऊन बंगळुरूला निघाले.

अनुष्का पळतच बाहेर आली. डॉ. शेखर यांना घट्ट मिठी मारून म्हणाली, "डॅड, मला इथं खूप धमाल येणार आहे. तुम्ही माझी अजिबात काळजी करू नका." आपल्याला आता इथं राहायला मिळणार या कल्पनेनं अनुष्का खूपच आनंदात होती. इथं काही ठरावीक वेळेत उठण्याचं, ठरावीक वेळेत आवरण्याचं बंधन नव्हतं. उन्हाळ्याचं शिबिर नव्हतं.

डॉ. शेखर यांनी हसून आपली बॅग उघडली. त्यातून नवा कोरा सेलफोन काढून तिच्या हातात ठेवून ते म्हणाले, "हे बघ अनुष्का, हा मी खास तुझ्यासाठी आणलाय. तू बंगळुरूमध्ये असतीस, तर मी काही तुझे इतके लाड केले नसते. तू जेवढे दिवस इथं आहेस, तेवढे दिवस तुला हा वापरता येईल. अप्पांच्या घरचा टेलिफोन सदान्कदा बंदच असतो. मोबाइलचं रिसेप्शन तरी या गावात कितपत आहे, देव जाणे; पण तुला जेव्हा व्यवस्थित नेटवर्क मिळेल, तेव्हा तू आम्हाला फोन करत जा."

"डॅडी, मी या फोनवर फोटो काढले तर चालतील ना?"

"हो, बेटा. जरूर चालतील.".

हा नवीन फोन नक्की कसा वापरायचा, ते काही अनुष्काला माहीत नव्हतं; पण ते शोधून काढणं काही फारसं अवघड नव्हतंच. बंगळुरूला असतानासुद्धा आईचा सेलफोन तिला आईपेक्षा जास्त चांगला वापरता यायचा. आता या फोनच्या कॅमेऱ्यानं आजोबांचं शेत, गाईचा गोठा, बागेतील फळं आणि फुलं या सगळ्याचे आपल्याला मनसोक्त फोटो काढता येतील, या कल्पनेनं ती खूश झाली.

अनुष्कानं आपल्या वडिलांचा आणि विवेककाकांचा आनंदानं निरोप घेतला; पण त्यांची कार दिसेनाशी होताच अचानक तिला उदास वाटू लागलं. आपण त्यांच्याबरोबर बंगळुरूला परत जायला हवं होतं, असं तिच्या मनात येऊ लागलं. इतक्यात तिच्या आजीची हाक आली आणि तिच्या विचारांची तंद्री भंग पावली. "अगं, मी आता जेवायला बसतेय, तू बस ना इथं. मला काही लागलं तर वाढ ना."

खरंतर अनुष्कानं आपल्याला वाढावं, असा काही आजीचा त्यामागे उद्देश नव्हता, तर आपल्या नातीचं मन कशाततरी गुंतवून ठेवण्यासाठी तिची धडपड होती. अनुष्काला आत्ता इथं खूप एकटं वाटत असेल, हे तिच्या लगेच लक्षात आलं होतं. ती हलकेच अनुष्काला म्हणाली, "बाळा, एक ना एक दिवस तुला आई-वडिलांचं घर सोडून जावंच लागणार आहे. शिक्षणासाठी किंवा लग्न झाल्यावर. सुरुवातीला तुला ते जड जाईल; पण काही दिवसांनी त्याची सवय होऊन जाईल. मग स्वतंत्र राहणंसुद्धा तुला आवडायला लागेल. तुझ्या डॅडींचंच बघ ना. त्यांनी हे गाव सोडलं, तेव्हा ते फक्त सोळा वर्षांचे होते. आजोबासुद्धा यात्रेला निघून जायचे, तेव्हा मी घरी एकटीच असायचे ना? पण मग मी शेताची देखभाल करायला शिकले. घराची काळजी एकटी घेऊ लागले. इथून दोन महिन्यांनी तू जेव्हा बंगळुरूला परत जाशील ना, तेव्हा खूप काही नवीन शिकून परत जाशील. एवढं ज्ञान तर कुठलंही पुस्तक आपल्याला शिकवू शकत नाही. बरं, आता मला सांग, तुला टीव्हीवर कार्टून बघायला आवडतं?"

"नाही, आजी. मला नाही आवडत टीव्ही पाहायला," अनुष्का म्हणाली. तिचं लक्ष दाराकडे खिळलं होतं. दाराबाहेर भिंतीला टेकवून

एक सायकल ठेवलेली होती, "आजी, ती कुणाची सायकल आहे?" ती म्हणाली.

"अगं, ती सायकल ना? ती त्या आनंदची आहे. तो सायकल वाऱ्यासारखी पळवतो बरं का. इथं गावातल्या सगळ्या मुला-मुलींना सायकल चालवता येते. कारण शाळेत शिकणाऱ्या सगळ्यांना सरकारकडून सायकली भेट मिळतात. पण का गं? तुला सायकल चालवता येत नाही का?"

"नाही गं आजी. मला नाही ना येत," अनुष्का म्हणाली. तिचा चेहरा पडला होता. "आमच्या शाळेत नाही अशा सायकली मिळत."

"पण आजी, मलासुद्धा वाऱ्यासारखी सायकल चालवायला आवडेल," अनुष्का म्हणाली.

"अगं, सायकल शिकणं मुळीच अवघड नसतं. मी हवं तर आनंदला आणि महादेवला सांगते ना तुला सायकल शिकवायला. पण एक लक्षात ठेव, इथले रस्ते काही तुमच्या बंगळुरूच्या रस्त्यासारखे गुळगुळीत, डांबरी नसतात. तू सायकल शिकताना पडशील, धडपडशील. आणि तू जर पडण्याला घाबरणार असशील, तर मग तुला कधीच सायकल चालवता येणार नाही. पण अनुष्का, तू बंगळुरूमध्ये का नाही सायकल शिकून घेतलीस गं?"

"आजी, बंगळुरूमध्ये लहान मुलांना सायकल शिकायला मोकळी जागा तरी कुठं आहे? मग मी कशी गं शिकणार?"

इतक्यात आनंद, अमित आणि मेधा तिथं आले.

आजी त्यांना म्हणाली, "काय रे, तुमची सगळ्यांची जेवणं झाली आहेत का?"

मग सगळ्यांनी जेवण करूनच खेळायला आल्याचं सांगितलं आणि अनुष्काकडे पाहून हात हलवत तिला बाहेर येण्याची खूण केली. तेवढ्यात अमित म्हणाला, "पण मी काही गोड नाही खाल्लं."

आजी त्यावर हसून म्हणाली, "मला वाटलंच होतं. मी आज घरच्या गाईच्या दुधाची छान खीर केली आहे. आमची गाय आहे ना, बसंती, तिच्या ताज्या दुधाची! अनुष्का, जरा स्वयंपाकघरातून वाट्या आणि चमचे घेऊन ये बघू."

अनुष्का लगबगीनं वाट्या आणि चमचे घेऊन आली. सर्व मुलांनी

बसून आवडीनं खीर खाल्ली. अगदी मजेत. जराही संकोच न बाळगता. ते अनुष्काला जरा विचित्रच वाटलं. बंगळुरूला कुणाच्याही, अगदी स्वतःच्या मैत्रिणीच्या घरीसुद्धा, ती स्वतः इतकं निःसंकोचपणे वावरू शकत नसे.

तीच मनातून लाजली. आनंद, अमित आणि मेधाशी काय बोलावं, ते तिला कळेना. मग जरा वेळात धीर करून ती आनंदला म्हणाली, “तू सायकल खूप छान चालवतोस ना? आजीनं मला सांगितलं. मला पण सायकल शिकायची आहे. तू मला शिकवशील? प्लीज?”

त्यावर आनंदनं तिच्याकडे निरखून पाहिलं, “अगं, पण तू ड्रेस घातला आहेस. तू आधी कपडे बदलून पँट घालून ये. मग आपण शाळेच्या मैदानात जाऊ. आणि हो, सायकल शिकताना पडलीबिडलीस तर मला काही म्हणायचं नाही हं. कारण शिकताना सगळेच पडतात. मी स्वतः शिकताना तीन वेळा पडलो. अजूनसुद्धा माझ्या गुडघ्यावर वण आहेत.” असं म्हणून त्यानं अभिमानानं स्वतःची पँट दुमडून ते सर्वांना दाखवले. त्याच्या गुडघ्यावर तीन चरचरीत खुणा होत्या.

“आणि आनंद, जरा जपून बरं का. अनुष्काला काही एका दिवसात सायकल चालवायला यायला हवी, असं मुळीच नाही. ती आता सहा आठवडे इथंच राहणार आहे,” आजी म्हणाली.

“मग कधी सुरुवात करायची?” आनंद अनुष्काकडे वळून म्हणाला.

“आत्ता लगेच?” ती म्हणाली.

आनंदनं मान हलवली.

आजीनं तेवढ्यात महादेवला बोलावून घेऊन भरपूर सूचना केल्या. “हे बघ, मुलं सायकल फिरवायला शाळेच्या मैदानावर निघाली आहेत. त्यांच्याबरोबर तूही जा. सगळ्यांवर नीट लक्ष ठेव. अनुष्का सायकल शिकायचं म्हणते आहे. तूच शिकव तिला. आणि बरं का, एकाच दिवशी जास्त दमवू नका तिला. तिन्हीसांजा होण्याआधी घरी परत या. जाताना थोडी सफरचंदं घेऊन जा. मुलांना आणि तुला भूक लागेल.”

मग आजी मेधाकडे वळून म्हणाली, “तुझ्याकडे पण आहे ना गं सायकल? मग ती घेऊन ये ना.”

“अगं आजी, मला पण शिकण्यासाठी सायकल पाहिजे ना.”

त्यावर मेधा म्हणाली, “अगं, त्याची काळजी नको करूस. तू माझी सायकल घे. मी ती चालवत मैदानावर आणते. तिथं तू शिकायला तीच वापर. मी दुसरं काहीतरी करीन.”

आजीनं प्रेमानं सगळ्यांकडे पाहिलं, “मुलांनो, हे बघा, तुम्हाला गावात कधीही, कुठंही जायचं असलं, तर महादेवला बरोबर घ्यायचं. त्याला या सगळ्या भागाची अगदी चांगली खडान्‌खडा माहिती आहे.”

यावर अनुष्का मान डोलवून घाईघाईनं कपडे बदलण्यासाठी आतल्या खोलीत पळाली.

अमित उड्या मारत आजीला सांगू लागला, “आजी, आजी, मी ना आमच्या आर्मी कॅम्पसमध्ये सायकल फिरवतो. आणि लूनासुद्धा चालवतो बरं का. आमच्या इथले रस्ते एकदम छान आहेत. रस्त्यावर असे खड्डे नाहीयेत. मी पण घरी जाऊन सायकल घेऊन येतो,” असं म्हणत त्यानं धूम ठोकली.

सायकल शिकण्याची गंमत

सगळी मुलं शाळेच्या मैदानावर जाऊन पोहोचली, तेव्हा दुपारचे चार वाजायला आले होते.

मेधा अनुष्कासाठी स्वतःची सायकल घेऊन आली होती. ती अनुष्काकडे सोपवून ती स्वतः बाजूच्या पायरीवर जाऊन विणकाम करत बसली.

"तू हे काय करते आहेस?" तिच्याजवळ जाऊन अनुष्का म्हणाली.

"अगं, मी एक छोटीशी पर्स विणतेय. मी एका पुस्तकात त्याचं डिझाइन पाहिलं. ही बघ ना... खूप छान होईल असं वाटतंय," मेधा म्हणाली.

"पण तू हे विणकाम कुठे शिकलीस?"

"आम्हाला शाळेत दर आठवड्याला कलेचा तास असतो ना. आमच्या बाई आम्हाला भरतकाम आणि विणकाम शिकवतात. शिवाय निडलवर्क पण शिकवतात. मला तर त्या तासाला खूप मजा येते."

असं म्हणून मेधा शांतपणे विणकाम करू लागली. अनुष्का भारावल्यासारखी तिच्याकडे पाहू लागली.

इकडे आनंद आणि अमित मैदानावर क्रिकेट खेळत होते.

महादेव अनुष्काला हाक मारून म्हणाला, "अनुष्का इकडे ये. ही मेधाची सायकल तुझ्यासाठी एकदम योग्य आहे, बघ. तू सीटवर बसल्यावर तुझे पाय व्यवस्थित जमिनीला टेकतील."

त्यानंतर अनुष्का लगेच सायकलवर बसली.

"सायकल शिकण्यामधील सर्वांत महत्त्वाची गोष्ट म्हणजे आपल्याला तोल सावरता यायला हवा," महादेव म्हणाला. "ती सायकल लहान

आहे का मोठी आहे, यावर काही अवलंबून नसतं. बरं, तू आता हँडल दोन्ही हातांनी नीट पकडून पॅडल मारायला सुरुवात कर. मी मागून पळतो आणि सायकलचं कॅरियर नीट घट्ट पकडून धरतो, म्हणजे तू पडणार नाहीस. आणि घाबरू नकोस अनुष्का, तुला काही होणार नाही. आणि हे मोकळं मैदानच आहे. त्यामुळे तू कुणावर जाऊन धडकण्याचाही धोका नाही.''

अनुष्कानं जोरजोरात पॅडल मारायला सुरुवात केली आणि एकदम तिच्या पोटात मोठाच गोळा आला. सायकल डगमगत होती. महादेवचा मागून आवाज येत होता, ''हां, जोरजोरात पॅडल मार, पुढे जा. अगं अनुष्का, तू ब्रेक कशाला दाबून धरला आहेस? आधी ब्रेकवरचा हात काढ. इतक्या वेगानं जात असताना कधीच ब्रेक दाबायचा नाही हं. नाहीतर तू कोलमडून पडशील. कधीही थांबायची वेळ आली, की अगदी सावकाश ब्रेक दाबून पाय टेकवायचे. मग सायकल थांबवायची.''

महादेव अनुष्काच्या सायकलचं कॅरियर पकडून पळत होता. अनुष्कानं सुमारे शंभर मीटर्सपर्यंत तशीच सायकल पळवली. आपण पॅडल मारताच सायकल पुढे पुढे जात आहे, या कल्पनेनं ती अगदी हरखून गेली होती.

महादेव मोठमोठ्यांदा ओरडून तिला प्रोत्साहन देत होता, ''शाबास! पुढे चल. हे मैदान भरपूर मोठं आहे. तुला पाहिजे तिकडे सायकल घेऊन जा. मी तुला पकडलंय.''

आता अनुष्कानं आणखी वेगानं सायकलचं पॅडल मारायला सुरुवात केली. तासाभरातच तिला स्वतःचा तोल सावरता येऊ लागला. सायकल थोडीफार डगमगत होती.

''हं, चला पुढे. आणखी शंभर मीटर पुढे जाऊ,'' महादेव म्हणाला. त्याला चांगली धाप लागली होती.

अचानक तिला मागून जोरात हसण्याचा आवाज आला. काय झालं हे पाहायला तिनं मागे वळून पाहताच तिला दूरवर महादेव हसत उभा असलेला दिसला. तो तिच्यामागे सायकल धरून पळत नव्हता! आपण कुणाच्याही आधाराशिवाय सायकल चालवू शकत आहोत, या कल्पनेनं ती हरखून गेली, पण क्षणभरच. त्यानंतर सायकल डगमगू लागली आणि थोडं अंतर पुढे गेल्यावर अनुष्का तोल जाऊन धाडकन पडली. सायकल जमिनीवर पडताच भलामोठा आवाज झाला.

महादेव पळत तिच्याजवळ येऊन म्हणाला, "अनुष्का, सायकल चालवताना लक्ष सतत समोर हवं. कधीसुद्धा मागे वळून बघायचं नाही."

त्यानंतर पुढचे काही तास अनुष्कानं न कंटाळता भरपूर सराव केला. कधीतरी महादेव तिची सायकल धरून तिच्याबरोबर मागे पळायचा, तर कधी तिला फक्त सुरुवातीला धरायचा. एकदा तिला तोल सावरता येऊन सायकलनं वेग पकडला, की तो तिला एकटीला चालवू द्यायचा. संध्याकाळपर्यंत अनुष्काची बरीच प्रगती झाली होती. मागे कुणीही न धरता थोडं अंतर तिला एकटीनं कापता येऊ लागलं होतं. आता मात्र ती अजिबात मागे वळून पाहत नव्हती.

काही वेळानंतर एकमेकांचा निरोप घेऊन मुलं आपापल्या घरी निघून गेली.

दुसऱ्या दिवशी सकाळी मात्र अमित आणि आनंद खेळायच्या मैदानावर आले नाहीत. त्यांना परत क्रिकेट खेळण्याची इच्छा नव्हती आणि अनुष्का सायकल शिकत असताना तिथं नुसतं थांबून राहणं त्यांना कंटाळवाणं वाटत होतं. म्हणून त्या दोघांनी पतंग उडवायला जायचं ठरवलं. मेधासुद्धा आली नाही. मग अनुष्का आणि तिचे सायकलविद्येमधले गुरुजी, म्हणजे महादेव, असे दोघंच मैदानावर आले.

अनुष्कानं खूप सराव केला. अजिबात न कंटाळता कितीतरी वेळ ती सायकल चालवत राहिली.

महादेवनं तिला युक्तीच्या चार गोष्टी सांगितल्या होत्या. "मी जे काही सांगतोय, ते नीट ऐक, अनुष्का. तू जेव्हा भरधाव वेगानं सायकल चालवत असशील, तेव्हा जर समोर वळण आलं आणि तू खूप वेगात सायकल वळवायला गेलीस, तर तू तोल जाऊन जोरात पडशील. म्हणून डावीकडे किंवा उजवीकडे करायचं असेल तर सायकलचा वेग जरा कमी करायचा; आणि मगच वळायचं. दुसरं म्हणजे चढाच्या किंवा उताराच्या रस्त्यावरून सायकल चालवत असताना तोल कसा सांभाळायचा, हे शिकून घे. तिसरी गोष्ट लक्षात ठेव, सायकल वेगात चालवणं हे त्या मानानं कितीतरी सोपं; पण सायकल हळू चालवणं फार अवघड असतं. त्यामुळे मध्यम गतीनं सायकल चालवणं केव्हाही

चांगलं. रस्त्यात जर मोठाले खड्डे आले, तर त्यांना टाळून जायचं. आता तुला अगदी नीट सायकल चालवता येऊ लागली आहे. जा, भरपूर सराव कर. मी आलोच दोन मिनिटांत.''

अनुष्का एकटी सायकल फिरवू लागली. तिला आता खूप मोकळं वाटत होतं. आता तिला मनमुराद भटकता येणार होतं.

इतक्यात डोळ्यांच्या कोपऱ्यातून तिला दिसलं. महादेव एक मोठी पेटी घेऊन तिच्याकडेच येत होता. तिनं लगेच सायकल त्याच्या दिशेनं झटकन वळवली; पण तेवढ्यात तिचा तोल गेला. ती जोरात पडली, गुडघ्याला खरचटून थोडं रक्तसुद्धा आलं. खरं म्हणजे चांगलीच आग होत होती, पण उसनं अवसान आणून अनुष्का म्हणाली, ''जाऊ देत! थोडंसंच तर लागलंय. त्यात काय इतकं?''

महादेव जवळ येताच तिनं त्याच्या हातातल्या पेटीकडे निरखून पाहिलं. ती प्रथमोचार पेटी होती. तिचा खरचटलेला गुडघा पाहून तो काही न बोलता नुसता हसला. त्यानं अनुष्काला जवळच्या पायऱ्यांवर बसवलं. स्वच्छ पाण्यानं तिची जखम धुतली. ती जंतुनाशकानं साफ करून त्यावर मलमपट्टी केली. तो म्हणाला, ''तू कधीतरी अशी धडपडणार, हे मला माहीतच होतं. म्हणून तर मी ती औषधांची पेटी आणायला गेलो होतो. सायकल शिकणं अजिबात अवघड काम नाही; पण तोल सांभाळणं आणि कुठंही न धडपडणं या दोन गोष्टी लक्षात ठेवायच्या. याच गोष्टी महत्त्वाच्या असतात. मी तर म्हणेन, आज जवळ जवळ ऐंशी टक्के तर हे तुला जमलंच आहे. आता उद्या मी नुसता या पायऱ्यांवर बसून राहणार आणि तू न धडपडता सलग या मैदानाला सायकलनं दहा फेऱ्या मारायच्या. ते झालं की मी माझी सायकल घेऊन येईन आणि तुझ्या आजूबाजूनं किंवा समोरून सायकल चालवत येईन म्हणजे तुला रस्त्यावरच्या रहदारीमधून सायकल चालवत जाण्याचाही छान सराव होईल. मग त्याच्या दुसऱ्या दिवशी मी तुझ्या सायकलच्या कॅरियरला दोन किलो वजनाचं सामान बांधून मग तुला सायकल चालवायला देईन. तुला तोल सांभाळता येतो का, ते पाहू.''

संध्याकाळी घरी गेल्यावर अनुष्कानं सायकलवरून पडल्याचं आजी-आजोबांना सांगून दोन-तीन जागी खरचटलेलंसुद्धा त्यांना दाखवलं. पण त्यांनी त्या गोष्टीचा विशेष बाऊ केला नाही. तिला सायकल

शिकायला बंदीसुद्धा घातली नाही. उलट त्यांनी तिला धीरच दिला. "पडल्याशिवाय सायकल शिकता येतच नाही. शिकण्यामधला तो एक अविभाज्य भागच आहे. तुला सगळं जमेल, अनुष्का."

आणखी दोन दिवसांच्या सरावानंतर महादेवनं जे जे शिकवलं, ते सगळं अनुष्कानं आत्मसात केलं. ती आणखी एकदा सायकलवरून पडली, पण या खेपेला फार काही लागलं नाही. एका बँडएडच्या पट्टीनं काम भागलं.

"अनुष्का, आता जे काही शिकायचं होतं, ते सगळं तुझं शिकून झालंय. आता तुझा तू रोजच्या रोज सराव कर. काही दिवसांनी तर तुला एक हात सोडून किंवा कदाचित दोन्ही हात सोडून व्यवस्थित तोल सांभाळता यायला लागेल. एखाद्या गोष्टीत जर नैपुण्य मिळवायचं असेल, तर ते नुसतं योगायोगानं मिळत नाही. त्यासाठी भरपूर सराव करावा लागतो," महादेव म्हणाला.

अनुष्काला पण स्वतःचा खूप अभिमान वाटत होता. आता ती पूर्ण सोमनहळ्ळी गावात सगळीकडे सायकल फिरवू लागली होती. गावातल्या त्या उखीरवाखीर रस्त्यांवरूनसुद्धा न धडपडता नीट चालवू लागली होती. आपल्याला बंगळुरूमध्ये सायकल चालवता येऊ लागली तर किती मजा येईल, कुठं कुठं भटकता येईल, असा विचार तिच्या मनात आला. पण आपले आई-वडील आपल्याला सायकलनं शाळेत जाऊ देतील? छे! शक्यच नाही.

एक दिवस अशीच संध्याकाळची अनुष्का मेधाला भेटायला तिच्या घरी गेली. अमित आणि आनंदसुद्धा तिथं येणार होते. मेधा क्रोशाच्या सुईनं टेबलक्लॉथ विणत बसली होती. तिच्या जवळ एक उघडं पुस्तक होतं. त्यामध्ये विविध प्रकारची चित्रमय माहिती होती. वेगवेगळे टाके आणि डिझाइन्स दाखवली होती. ते पुस्तक फारच आकर्षक दिसत होतं.

अनुष्काला पाहून मेधाची आजी खूश झाली. ती म्हणाली, "तिकडे बंगळुरूला तुझी शाळा कधी असते गं? आणि तुझी आई नोकरी करते ना? मग घरची सगळी कामं करून ऑफिसच्या कामाचा व्याप कसा काय सांभाळते ती?"

त्यावर अनुष्का म्हणाली, "माझी शाळा सकाळी साडेआठला असते. पण मी त्याच्या दोन तास आधी उठते, कारण मला सव्वासातलाच

घर सोडावं लागतं. मी जाण्याआधी अम्मा आणि डॅडींबरोबर झटपट नाश्ता करते. कारण त्यानंतर माझी आणि त्यांची गाठ एकदम रात्रीच पडते. कधीकधी तर डॅडी हॉस्पिटलमधून इतक्या उशिरा घरी येतात, की मी तर झोपूनच गेलेली असते. आम्हाला शाळेत अर्धा तास जेवणाची सुट्टी असते. माझी शाळा चारला सुटते. पण त्यानंतर दीड तासानं मी घरी पोहोचते. बंगळुरूमध्ये इतकी रहदारी असते ना आजी, की तेवढा वेळ तर मला लागतोच.''

मेधा मध्येच म्हणाली, ''माझी शाळासुद्धा सकाळी साडेआठलाच असते; पण मी शाळा भरायला पंधरा मिनिटं असताना घरून निघते. शाळा आमच्या घराच्या खूपच जवळ आहे. मी तर सायकल पण नेत नाही. चालतच जाते. आम्हाला दुपारी जेवणाची एक तास सुट्टी असते, त्यामुळे मी जेवायला घरीच येते. आजी आणि अम्मा असतात ना घरी, मग त्यांच्याबरोबरच मी जेवते. जेवून परत शाळेत जाते ती एकदम संध्याकाळी पाचला घरी येते. घरी आल्यावर तासभर मी आईला तिच्या कामात मदत करते आणि मग गृहपाठ करून टाकते.''

त्या दोघींच्या अशा गप्पा रंगलेल्या असतानाच आनंद आणि अमित आत आले. मग मेधाच्या आजीनं त्यांच्या पुढ्यात बरेच खाण्याचे पदार्थ ठेवले- गुलाबजाम, मुरक्कू, सामोसे, जिलबी, बिस्किटं आणि भरपूर वेफर्स.

''मेधा, तुझ्या शाळेत प्रोजेक्ट्स असतील ना गं?'' अनुष्का म्हणाली. बंगळुरूला तिच्या स्वतःच्या शाळेचे प्रोजेक्ट्स करता करता तिची दमछाक होऊन जायची.

''आमचे बरेचसे प्रोजेक्ट्स शाळेतच पूर्ण होतात. मला जर त्यात काही अडचण आलीच, तर मी शंकर मास्तरांना तिथेच विचारते; पण आमचे प्रोजेक्ट्स काही इतके अवघड नसतात,'' मेधा म्हणाली.

''आमच्या केंद्रीय महाविद्यालयात शाळा सुटल्यावर वर्गात थांबून आम्ही प्रोजेक्टचं काम करतो. आमच्या शाळेत मोठी प्रयोगशाळासुद्धा आहे. आमची शाळा म्हणजे आमचं सगळ्यांचं मिळून एक मोठं कुटुंबच आहे. इतर शाळांसारखी आमच्या इथं स्पर्धा नाही. आम्ही वर्गात एकमेकांपासून काहीही लपवाछपवी करत नाही. आम्ही सगळ्या गोष्टींची देवाणघेवाण करतो. ही आर्मीची संस्कृती आहे.''

"मला प्रोजेक्टच्या कामाचा मुळीच कंटाळा नाही. मी आणि बाबा सगळ्या गोष्टींची एकमेकांशी चर्चा करतो. त्यांच्या कल्पना तर इतक्या भारी असतात," आनंद म्हणाला.

अनुष्का म्हणाली, "आमच्या शाळेत आम्हाला जे प्रोजेक्टचं काम देतात ना, ते तर भयंकरच असतं. शिवाय वर्गात इतकी स्पर्धा असत-सर्वांत अवघड प्रोजेक्ट कोण पूर्ण करणार, कुणाचा प्रोजेक्ट रिपोर्ट किती पानी झाला... आणि बऱ्याच मुलांच्या प्रोजेक्टचं काम त्यांचे आई-वडील पूर्ण करतात आणि श्रेय मिळतं मुलांना! पण माझी आई मात्र तसलं काही करत नाही, बरं का. ती तर म्हणते, 'तुला काय काय, कसं कसं करायचं ते मी समजावून सांगीन; पण जो काही अभ्यास करावा लागेल, वाचन करावं लागेल, ते तुझं तूच करायचंस. प्रोजेक्टसुद्धा तुझा तूच करायचास.' कदाचित याच कारणानं आत्तापर्यंत कधीच माझ्या प्रोजेक्टला इतरांएवढे चांगले मार्क्स मिळालेले नाहीत. माझे आई-वडील तर अनेकदा असं म्हणत असतात, की पालक-शिक्षक सभेच्या वेळी पालकांचीच आपापसात स्पर्धा चाललेली असते."

अनुष्काला आपल्या वडिलांच्या बोलण्याची आठवण झाली. 'सध्याचं युग हे जीवघेण्या स्पर्धेचं युग आहे. समजा एखाद्या ठिकाणी वीस जागा भरायच्या असतील, तर त्यासाठी किमान दोन हजार लोकांचे अर्ज आलेले असणार हे ठरलेलंच. तुम्हाला चांगली नोकरी मिळवायची असेल तर तुमच्या अंगी अव्वल दर्जाची पात्रता हवी.'

'पण प्रत्येकाचाच नंबर कसा काय पहिला येणार?' अनुष्काच्या मनात आलं. त्या विचारानं ती उदास झाली.

तेवढ्यात मेधाच्या आजीनं अनुष्काच्या थाळीत एक जिलबी वाढली. ती पाहताच अनुष्का सगळं विसरली.

गावातील लग्न

दुसऱ्या दिवशी सकाळी आजीनं अनुष्काला अगदी लवकर उठवलं. ती म्हणाली, "अनुष्का, आज आपल्याला सरसू आजीच्या घरी मदतीला जायचंय. लग्नाची केवढी तयारी करायची आहे. खूप कामं बाकी आहेत. चल ऊठ बघू लवकर. झटपट अंघोळ करून घे. नाश्ता कर. आणि लगेच आपण तिकडे जाऊ. तुला माहीत आहे का अनुष्का? पूर्वीच्या काळी जेव्हा वीज नव्हती ना, तेव्हा आमच्या घरचे लोक सूर्योदयापासून जे कामाला सुरुवात करायचे ते एकदम सूर्यास्त झाल्यावरच थांबायचे. म्हणून तर लवकर निजून लवकर उठण्याची मला सवय लागली आहे."

अनुष्कानं एक जांभई दिली आणि हातपाय ताणून जोरात आळस दिला, "आजी, लग्नाचं इतकं काय काम असणार आहे गं?" ती झोपाळू आवाजात म्हणाली.

"अगं, आज तिकडे लाडू करायचे आहेत आणि उद्या पापड करायचे आहेत. लग्नाच्या दिवशी दुपारच्या जेवणात वाढायला चटण्या, लोणची करून ठेवायची आहेत. शिवाय या गोष्टी वर्षभरासाठीही लागणारच आहेत. त्यामुळे त्या हिशेबानं जरा जास्तच करून ठेवायच्या आहेत."

"पण आजी, हे सगळं तुम्ही घरी का करता? इथं गावात मिठाईची दुकानं असतीलच ना? 'हलदीराम'चं दुकान तर नक्की असेल. बंगळुरूला आम्ही असल्या सगळ्या गोष्टी 'एमटीआर भय्या' किंवा 'हलदीराम'च्या दुकानातून आणतो. लाडू, लोणची, पापड अशा गोष्टी माझी आई घरी करत नाही."

"बाळा, तुझी आई दिवसभर नोकरी करते. शिवाय मोठ्या शहरात घरं लहान असतात. वर्षभराचं साठवण करून ठेवायला जागासुद्धा नसते. त्यामुळे बाजारातून लागेल तसं थोडं थोडं सामान आणणं बरं पडतं; पण गावात अशी काही दुकानं नसतात. आणि तुला एक गंमत सांगू का? अशा गोष्टी घरी बनवायला मजा येते बरं का."

'पण आजी मला का तिकडे घेऊन जाणार आहे? मी तिकडे जाऊन करू तरी काय?' अनुष्काच्या मनात आलं.

"आणि हे बघ अनुष्का, मुख्य काम तर मी आणि इतर बायका मिळूनच करू. पण तू आणि इतर मुलं आम्हाला लहानसहान कामात मदत करा म्हणजे झालं," आजी म्हणाली. "तुझे बाबा जेव्हा लहान होते ना, तेव्हा तेसुद्धा मला कामात मदत करायचे."

अनुष्का हसून तयार होण्यासाठी पळाली.

ती आजीबरोबर सरसू आजीच्या घरी पोहोचली, तेव्हा त्यांच्या घराची रंगसफेदी चालली होती. तिथं गावातील बरीच मुलं जमली होती. सर्वांचीच खूप लगबग चालू होती. काही मुलं कोठीच्या खोलीतून तुपाचे डबे उचलून आणत होती. काही मुलं केळीची पानं धुऊन पुसून कोरडी करून ठेवत होती. डबे विसळून पालथे घालत होती. काही मुलं व्हरांड्याची साफसफाई करण्यात गुंतली होती. अचानक अनुष्काचं लक्ष गेलं तर व्हरांड्यात एका बाजूला लाडूंचे मोठाले ढीग रचून ठेवण्यात आले होते. तिनं एकरकमी इतके लाडू आजवर कधीच पाहिले नव्हते.

शेजारीच आनंद त्या लाडूंकडे आशाळभूतपणे पाहत उभा होता. ती पण त्याच्यापाशी जाऊन उभी राहिली. तो मिटक्या मारत म्हणाला, "तुला माहीत आहे, एकूण किती लाडू बनवतात? प्रत्येक मोठ्या माणसासाठी दोन आणि लहान मुलांसाठी तीन अशा हिशेबानं ते लाडू बनवतात. शिवाय आणखी जास्तीचेही थोडे बनवतात. मला ना आत्ताच थोडेसे लाडू खावेसे वाटत आहेत; पण माझ्या आईला कळलं, तर ती फार रागावेल."

अनुष्काला जोरात हसू फुटलं.

लग्नाला अजून एक आठवडा अवकाश होता. आठवडाभर रोजच आजी आणि आजोबा सरसू आजीच्या घरी जायचे.

आजूबाजूच्या गावांमधून कितीतरी पाहुणे मंडळी इकडे मुक्कामाला आली होती. ते सर्व जण लग्न झाल्यावरच परत जाणार होते. त्यातले काही पाहुणे अनुष्काच्या आजी-आजोबांच्या शेजारच्या घरात उतरले होते. गावातल्या कुणाशीही अनुष्काची ओळख नव्हती; पण तिच्या वयाच्या कितीतरी मुली तिथं होत्या. सरसू आजीच्या घरी दिवसभर नुसती धमाल चालू असायची. अनेक बायका आपणहोऊन मदतीला यायच्या. मागच्या अंगणात मांडव घालून स्वयंपाकाची सोय करण्यात आली होती. रोज नाश्ता आणि दुपारचं जेवण सरसू आजीच्या घरीच व्हायचं. शिवाय फराळाचे पदार्थ, चहा, कॉफी यांचा रतीब दिवसभर सुरूच असायचा. पुढच्या अंगणातसुद्धा मांडव घालण्यात आला होता. तिथं चटया, जाजमं अंथरलेली होती. रात्री पुरुष बाहेर अंगणात पथाऱ्या टाकून झोपायचे तर बायका आणि मुलं घरात झोपायची. नव्या साड्या, दागिने, भेटवस्तू याविषयी भरपूर गप्पा चालायच्या. मुलांना आकाशातले तारे बघत घराच्या गच्चीवर झोपायला खूप मजा यायची.

इथले सगळे लोक खूप साळढाळ होते. निःसंकोचपणे सर्वत्र घरच्यासारखे वावरायचे. तिला बंगळुरूमध्ये झालेल्या विवेककाकांच्या लग्नाची आठवण झाली. त्यांचं लग्न एका हॉटेलमध्ये झालं होतं. अगदी छोटंसं. जेमतेम अर्धा दिवस चाललं होतं. त्यात फारसे धार्मिक विधीसुद्धा नव्हते. त्याचप्रमाणे ती एकदा तिच्या आई-वडिलांबरोबर बंगळुरूच्या राजवाड्यात एका लग्नाला गेली होती. राजवाड्यावर रोषणाई करण्यात आली होती. हजारो माणसं इकडून तिकडे फिरत होती. गाड्यांची इतकी गर्दी होती की पार्किंगसाठी पुरेशी जागासुद्धा नव्हती. रिसेप्शनच्या वेळी जेवणासाठीसुद्धा भल्यामोठ्या रांगा होत्या. प्रांगणात कितीतरी फूड स्टॉल्स ठेवण्यात आले होते. चाट, थाई पदार्थ, उत्तर भारतीय आणि दक्षिण भारतीय खाद्य पदार्थ अशी नुसती रेलचेल होती. लग्नसमारंभात कुणालाच फारसा रस दिसत नव्हता. सर्वांना जेवणातच अधिक रस होता. इथे सरसू आजीच्या घरच्या लग्नात केवढीतरी धमाल होती. त्याउलट विवेक काकांचं लग्न आणि त्या बंगळुरूच्या राजवाड्यात झालेलं लग्न किती कंटाळवाणं होतं.

अखेर प्रत्यक्ष लग्नाचा दिवस उजाडला. आजीनं तिची ठेवणीतील सुंदर गर्भरेशमी साडी काढून नेसली. अनुष्कानं लाल काठाचा पिवळा

परकर आणि लाल पोलका असा पोशाख घातला. आजीनं तिला गळ्यात घालायला सोन्याचा हार दिला. अनुष्काला काही तो आवडला नाही, पण आजीला वाईट वाटू नये म्हणून तिनं तो घातला. सकाळ उजाडल्यापासून रात्रीपर्यंत आजोबा आणि आजी गडबडीत होते. ते वडीलधारे असल्यामुळे गावातील प्रत्येक जण येऊन त्यांच्या पाया पडत होते. आजी अनुष्काची मोठ्या अभिमानानं सगळ्यांशी ओळख करून देत होती. ''ही माझी नात, अनुष्का,'' असं ती ज्याला त्याला सांगत होती. ''ही बंगळुरूहून आली आहे. उन्हाळ्याच्या सुट्टीभर आता ही इथंच राहणार आहे.''

अनुष्काला संकोचल्यासारखं होत होतं.

इथंसुद्धा जेवणात बरेच पदार्थ होते. तरीपण बंगळुरूच्या त्या दोन्ही लग्नांच्या मानानं कमी प्रकार होते. पण जेवण परंपरागत पद्धतीचं आणि अतिशय रुचकर होतं. सर्वांना केळीच्या पानावर जेवायला वाढण्यात आलं होतं. सरसू आजीनं सर्व बायकांना बोलावून सूचना केली, ''अगं, सगळ्या जणींनी बाहेर जाताना त्या तिथल्या टेबलावरच्या मिठाईच्या पेट्या घेऊन जायला विसरू नका, बरं का.''

दुपारच्या जेवणानंतर अनुष्काला मदतीला घेऊन तिची आजी बाहेर पडण्याच्या दारापाशी उभी राहिली. टेबलावर मिठाईच्या पेट्या रचून ठेवण्यात आल्या होत्या. आजीच्या हातात कुंकवाचा करंडा होता. आजी सर्व बायकांना कुंकू लावत होती आणि अनुष्का प्रत्येकीच्या हातात एक एक मिठाईची पेटी देत होती.

रात्री उशिरा आजी, आजोबा आणि अनुष्का घरी परत आले. रात्रीच्या जेवणासाठी कुणालाच भूक नव्हती, कारण दुपारचं जेवण चारला झालं होतं. तिघंही खूप दमले होते म्हणून लगेच झोपून गेले.

रात्री दिवे मालवून पलंगावर पडताच अनुष्का आजीला म्हणाली, ''आजी, मला गोष्ट सांग ना.''

''अनुष्का, अगं तू दमली नाहीस का? मी तुला उद्या नक्की गोष्ट सांगीन.''

''नाही, आजी. मला आत्ताच गोष्ट सांग. मी इकडे येऊन इतके दिवस झाले; पण तू मला एकसुद्धा गोष्ट सांगितलेली नाहीस,'' अनुष्का हट्ट करत म्हणाली.

शेवटी आजीनं उठून खिडकीचे पडदे उघडले. पौर्णिमा होती. खिडकीतून चंद्रप्रकाश खोलीत झिरपत होता. 'जणूकाही कुणीतरी जादूचा दिवाच लावलेला आहे,' अनुष्काच्या मनात आलं.

"बंगळुरूमध्ये इतकं स्वच्छ चांदणं पडलेलं मी कधीच पाहिलेलं नाही. आणि आमच्या घराच्या खिडकीतून असा चंद्रप्रकाश कधीही आत येत नाही. आजी, हे बघ ना, या चंद्राचा प्रकाश कसा आपल्या खोलीभर पसरला आहे."

"अगं, तू तिकडे फ्लॅटमध्ये राहतेस ना? तुझ्या झोपण्याच्या खोलीच्या खिडकीसमोर उंच इमारत आहे. शिवाय तुमच्या शहरात रात्रभर रस्त्यावरचे दिवे चालूच असतात. मग नैसर्गिक प्रकाश तिथं दिसणार तरी कसा? इथं गावात रस्त्यावर दिवे नसतात. आणि उंच उंच इमारतीही नसतात. माझ्या या खोलीच्या समोर बाग आहे. केवढीतरी मोकळी जागा आहे. खोलीच्या खिडक्या मोठ्या आहेत, त्यातून तो चंद्रप्रकाश आत झिरपतो."

"हो, हो. आता नीट समजलं," अनुष्का म्हणाली, "पण आजी, आता मला या चंद्रप्रकाशाची गोष्ट सांग ना. मला माहीत आहे, प्रत्येक प्रसंगाबद्दल एक तरी गोष्ट तुझ्याकडे असतेच."

आजी गालातल्या गालात हसत म्हणाली, "हो, गं. आहे ना कथा. आत्ता मी तुला जी गोष्ट सांगणार आहे ना, ती या गावात सुमारे हजार वर्षांपूर्वी घडली आहे.

"खूप खूप वर्षांपूर्वी सोमनायक नावाचा तरुण, उमदा, देखणा राजा राहत होता. तो खूप शूर, कनवाळू, साहसी आणि फार दानशूर होता. वरदा आणि तुंगभद्रा या नद्यांमधील त्रिभुज प्रदेशात त्याची नगरी वसलेली होती. त्या नगरीच्या भोवती चहुबाजूला दाट अरण्य होतं. त्यात खूप पशू-पक्षी राहत असत. ते वन्य पशू कधीकधी आजूबाजूच्या गावात शिरून धुडगूस घालत, शेताची नासाडी करत आणि गाईगुरांची शिकार करत. मग गावचे लोक राजाकडे गाऱ्हाणी घेऊन येत. पण या जनावरांचा उच्छाद काही संपायला तयारच नव्हता. अखेर राजानं स्वतःच एकदा त्या जनावरांचा बंदोबस्त करायचं ठरवलं. दोन दिवसांनी तो स्वतः घोड्यावर बसून, सोबतीला चार शिपाई घेऊन शिकारीला निघाला. पण शिकारीच्या नादात त्यानं स्वतःचा घोडा इतका जोरात

पिटाळला, की तो फार पुढे निघून गेला. त्याचे शिपाई मागेच राहिले. तो वाट चुकला.

"असाच दिवसभर तो घोड्यावरून भरकटत राहिला. दिवस मावळला आणि तिन्हीसांजा झाल्या. राजाचा घोडासुद्धा दमला. सोमनायक राजानं त्या घोड्याला एका झाडाला बांधलं. तो अन्नाच्या शोधात निघाला. त्याला झाडांना लगडलेली फळं दिसली. ती त्यानं पोटभर खाऊन घेतली आणि थोडं गवत गोळा करून घोड्यासाठी बरोबर घेतलं. अचानक त्याला खूप झोप आली. पौर्णिमेचा चंद्र आकाशात उगवला होता. थंड वारा सुटला होता. थोड्या झाडाझुडपांच्या पलीकडे एक भलामोठा खडक होता. त्याचा पृष्ठभाग सपाट होता. सोमनायक राजा त्यावर आडवा झाला. तिथंच जरा वेळ बसून विश्रांती घ्यायचं त्यानं ठरवलं. काही क्षणातच त्याला गाढ झोप लागली. पण जरा वेळातच तरुण मुलींच्या हसण्या बोलण्याचा मधुर आवाज त्याच्या कानावर पडून त्याला जाग आली. त्यानं डोळे उघडून वर दिसणाऱ्या आकाशाकडे पाहिलं. त्याला जे काही दृश्य दिसलं, त्यामुळे तो थक्कच झाला. आभाळात चंद्र लखलखत होता. त्या चंद्रापासून एक शिडी निघाली होती ती थेट पृथ्वीपर्यंत येऊन पोहोचली होती; नव्हे... पृथ्वीच्या पोटात शिरून खोलवर कुठंतरी जाऊन पोहोचली होती. काही अद्वितीय लावण्यवती तरुणी त्या शिडीवरून नाचत गात खाली उतरत होत्या. त्या सर्वांनी श्वेतवस्त्रं परिधान केली होती. त्यावर मोत्यांचे अलंकार शोभून दिसत होते. त्यांतील प्रत्येकीनं कमरेवर सोन्याची कळशी घेतली होती. राजानं झुडपाआड लपून त्यांच्याकडे निरखून पाहिलं. एकूण सात तरुण स्त्रिया होत्या. आता पृथ्वीवर पोहोचल्यावर त्या नक्की काय करतात, याकडे त्याचं लक्ष लागून राहिलं होतं.

"त्या सर्व जणी पृथ्वीतलावर उतरून आल्यावर त्यांच्यातील जी ज्येष्ठ स्त्री होती, तिनं हातातील काठीनं जमिनीला स्पर्श केला. राजाचा तर स्वतःच्या डोळ्यांवर विश्वासच बसत नव्हता. त्याच्या नजरेसमोरच जमीन दुभंगली. एक एक करत हळूहळू सर्व जणी त्या जमिनीच्या पोटात शिरून दिसेनाश्या झाल्या. आता उत्सुकतेपोटी राजा झुडपाआडून बाहेर आला. त्यानं त्या जमिनीच्या विवरातून खाली डोकावून पाहिलं. बघतो तर काय... ती एक विहीर होती. तिला पुष्कळ पायऱ्या होत्या."

"आजी, पण विहिरीला पायऱ्या कशा काय गं?" अनुष्का म्हणाली.

"अगं, कधीकधी जर विहीर खूप खोल असली ना, तर आत उतरायला सोपं जावं, म्हणून तिला पायऱ्या असतात. आपल्या देशात अशा पायऱ्या असलेल्या कितीतरी विहिरी आहेत. त्यातल्या काही तर खूप प्रसिद्धही आहेत. तूच तर गेल्या वर्षी जयपूरला गेली होतीस, तिथून मला आभानेरी येथे असलेल्या भल्यामोठ्या विहिरीचा फोटो पाठवला होतास ना?"

"हो, हो, आठवलं," अनुष्का म्हणाली. "तिथंसुद्धा एक भलीमोठी विहीर होती. अबब... किती पायऱ्या होत्या तिला. चांगल्या तीन हजार तरी पायऱ्या असतील. तू जी विहीर म्हणते आहेस, ती अशीच होती का गं आजी?"

"हो, हो. साधारण अशीच. ती आभानेरीची विहीर काही मी पाहिलेली नाही," आजी म्हणाली, "पण ही आपल्या गोष्टीतील विहीर मात्र फार काही मोठी नव्हती. लहानशीच होती. त्या सोमनायक राजानं तिच्या पायऱ्या मोजल्या. फक्त एकवीस पायऱ्या होत्या त्या विहिरीला. पण त्या विहिरीत आत अत्यंत सुंदर कोरीवकाम केलेली सात शिवमंदिरं होती. सोमनायक राजानं आत वाकून निरखून पाहिलं. प्रत्येक शिवमंदिर आणि त्याचे खांब हा शिल्पकलेचा अतीव सुंदर नमुना होता. आणि त्या देवालयांच्या परिसरातच त्या लावण्यवती ललना पाठशिवणीच्या खेळात रममाण झाल्या होत्या. जरा वेळात त्या सर्व जणींनी आपापल्या घागरींमध्ये विहिरीचं पाणी भरून घेतलं. त्यानंतर मुख्य शिवमंदिरातील पिंडीवर त्या पाण्याचा अभिषेक करून मनोभावे पूजा केली. त्यांची ती पूजाअर्चा कित्येक तास चालली होती. जरा वेळात फटफटू लागलं. पहाट झाली. चंद्र, तारका मंद झाल्या. सोमनायक राजा पुन्हा एकदा झुडपाआड लपून बसला. काही वेळात त्या सर्व स्त्रिया शिडीवरून चढून आकाशात निघून गेल्या. क्षणार्धात ती शिडीही लुप्त झाली आणि दुभंगलेली जमीनही पूर्ववत झाली.

"त्यानंतर सोमनायक बराच वेळ तेथील झुडपांमध्ये बसून होता. स्वतःच्या डोळ्यांसमोर घडलेल्या या प्रसंगानं तो एकदम गोंधळून गेला होता. हे सगळं जे काही त्यानं पाहिलं होतं ते खरोखरच घडलं होतं, की केवळ एक स्वप्न होतं ते? ती धरणी खरंच दुभंगली होती का?

जमिनीवरच्या पोटात ती पायऱ्या-पायऱ्यांची विहीर खरोखरच होती का? तो उठून उभा राहिला आणि झुडपामागून बाहेर पडून त्या जागी आला. पण समोरची जमीन तर कुठेच दुभंगल्यासारखी दिसत नव्हती. विहिरीचा तर मागमूससुद्धा नव्हता. कदाचित अतिश्रमांनी मला झोप लागली असेल आणि त्या झोपेत मी हे स्वप्न पाहिलं असेल, तो मनाशी म्हणाला. त्या स्वप्नातले बारकावे अजूनही आठवत असल्यामुळे ते स्वप्न कदाचित आपल्याला सत्य भासलं असेल- त्याच्या मनात आलं. तो पाठ फिरवून आपल्या घोड्याकडे जाऊ लागला. इतक्यात त्याला जमिनीवर काहीतरी चमकताना दिसलं. ती एक तुटलेली मोत्यांची माळ होती. सोमनायकानं सगळे जमिनीवर पसरलेले मोती गोळा केले. आता मात्र आपण जे काही पाहिलं, ते स्वप्न नसून सत्यच असल्याची त्याची खात्री पटली.

आपल्या राजधानीत अशी काही पायऱ्या असलेली विहीर असल्याचं आपल्या ऐकिवात आहे का, हे आठवण्याचा त्यानं खूप प्रयत्न केला; पण त्याला काहीच आठवेना. एव्हाना त्याच्या शिपायांपैकी एक त्याचा शोध घेत घेत तिथं आला. तो राजाला नेण्यासाठी आला होता; पण राजा सोमनायक त्याला म्हणाला, ''तू असाच परत जा आणि मी सुरक्षित असल्याचं सगळ्यांना सांग. मी याच ठिकाणी आणखी काही दिवस राहणार आहे. तुमच्याजवळचे प्रवासासाठी घेतलेले खाद्य पदार्थ तू मला देऊन जा. काही दिवसांतच मी राज्यात परत येईन. मला परतीचा रस्ता नीट ठाऊक आहे.''

''दुसऱ्या दिवशी पुन्हा तो कालच्याच झुडपामागे लपून बसला; पण काहीच घडलं नाही. तो आणखी दिवसभर थांबला. पण तरीही त्या स्त्रिया काही परत आल्या नाहीत. तो पुढचा दिवसभरही थांबला; पण तरीही काहीच घडलं नाही. 'कदाचित या सुंदर स्त्रिया फक्त पौर्णिमेलाच पृथ्वीतलावर अवतरत असतील,' त्यानं विचार केला.

मग तो घोड्यावर स्वार होऊन आपल्या राज्यात परत गेला; पण त्याच्या डोक्यातून हा विचार काही जात नव्हता. परत गेल्यावर त्यानं आपल्या दरबारातील राजज्योतिष्याला भेटण्यासाठी बोलावून घेतलं. त्यानं पुढच्या महिन्यातील पौर्णिमा नक्की कधी येत आहे, त्याची माहिती विचारून घेतली.

पुढच्या महिन्यातील पौर्णिमेच्या रात्री तो पुन्हा एकदा त्याच झुडपांमध्ये दडून बसला. या खेपेला पुन्हा चंद्रावरून खाली उतरून त्या लावण्यवती स्त्रिया जेव्हा खाली आल्या, तेव्हा राजाला आश्चर्याचा धक्का मुळीच बसला नाही. त्यानंतर पुढचं सर्व काही त्याला ठाऊकच होतं. त्या शिवमहादेवाची पूजा कधी करतात, याची तो उत्सुकतेनं वाट बघत होता. सोमनायक राजा निस्सीम शिवभक्त होता. त्या स्त्रियांची पूजाअर्चा संपल्यावर त्यांना जाऊन भेटायचं, त्यांच्याशी बोलायचं, असा सोमनायकानं निर्धार केला. त्याप्रमाणे न घाबरता पुढे येऊन तो त्या विहिरीपाशी उभा राहिला. त्या स्त्रिया वर येताच तो म्हणाला, "देवतांनो, मी तुम्हाला प्रणाम करण्यासाठी आलो आहे. मी मागच्या वेळी पाहिलं, तेव्हा तुम्ही परत गेल्यावर ही दुभंगलेली जमीन पुन्हा जुळून एकजीव झाला; परंतु या खेपेस तुम्ही कृपया ती विहीर अदृश्य होऊ न देता तशीच राहू दिलीत, तर फार उपकार होतील. या सुंदर शिवालयात येऊन शिवमहादेवाची यथाशक्ती पूजाअर्चा करण्याचं भाग्य माझ्या प्रजेला लाभेल."

"त्याच्या तोंडचे शब्द ऐकताच भयकंपित मुद्रेनं त्या सौंदर्यवतींनी त्याच्याकडे पाहिलं. अशा तऱ्हेनं विहिरीपाशी त्या सोमनायक राजाला उभा असलेला पाहून त्यांना धक्काच बसला. त्या सर्व जणी घाईघाईनं एकमेकींना बिलगून उभ्या राहिल्या. त्यांच्यातील वयानं सर्वांत मोठी असलेली स्त्री पुढे येऊन म्हणाली, "पण तू आहेस तरी कोण? आणि आमच्या नकळत इथं येऊन तू आमच्या हालचालींवर पहारा देत कशासाठी उभा होतास? स्वर्गलोकीच्या महान वास्तुविशारदानं ही विहीर बांधली आहे. पृथ्वीतलावरच्या स्वार्थी लोकांच्या वापरासाठी ही नाही."

सोमनायक नतमस्तक होऊन म्हणाला, "भगिनींनो, मी राजा सोमनायक. या परिसरात माझंच राज्य आहे. ही पवित्र विहीर कुणा मानवानं बांधलेली नसणार, याची मलाही कल्पना आहे. परंतु शिवमहादेवाला तर त्याचे सर्वच भक्त सारखेच प्रिय आहेत, नाही का? कृपया तुम्ही माझी एवढी विनंती मान्य करा. तुमच्या काही अटी असतील, तर त्या मला सांगा; मी त्या पूर्ण करीन."

त्यावर सर्व स्त्रिया एकत्र जमून कुजबुजत्या स्वरात आपापसात बोलू लागल्या. त्यांच्यामधील मोठी स्त्री म्हणाली, "तुझ्या विनम्र स्वभावामुळे

आणि तुझ्या ठायी असलेल्या भक्तिभावामुळे आम्ही प्रसन्न झालो आहोत. या विहिरीचं पाणी अमृताप्रमाणे सुमधुर आहे. हे या पृथ्वीच्या पोटातून आलेलं असल्यामुळेच ते इतकं मधुर आहे. आम्ही सर्व जणी जरी स्वर्गलोकी राहत असलो, तरी तिथल्या पाण्याची चव इतकी मधुर नाही. म्हणूनच दर पौर्णिमेला आम्ही मुद्दाम इथे येतो. आम्ही इथं स्नान वगैरे करून इथलं पाणी खराब नाही करत. आम्ही फक्त शिवाला या जलाचा अभिषेक करून त्याची पूजा करण्यासाठी आणि या जलाची सुमधुर चव चाखण्यासाठी इथं येतो. त्यामुळे आम्हाला तुझ्याकडून एक वचन हवं आहे. हे पाणी कुणीही अंघोळ वगैरे करून घाण करणार नाही आणि ते केवळ पिण्यासाठीच वापरण्यात येईल, असा शब्द तू जर दिलास, तर आम्ही तुझी विनंती मान्य करू. तुझ्या प्रजेसाठी ही विहीर खुली राहील. त्यांना इथं येऊन येथील शिवमंदिरात शिवाची आराधना करण्याची मुभा राहील, या विहिरीतून कळशी भरून पाणी घरी नेण्याची मुभा राहील. पण त्या आधी प्रत्येकाला स्नान करावं लागेल, हात-पाय काळजीपूर्वक धुवावे लागतील. मगच येथे प्रवेश मिळेल. पण कुणीही, कधीही... अगदी एकदा जरी हा नियम मोडला, तरी लगेच ही विहीर तिथल्या तिथं अदृश्य होईल. इतकंच नव्हे, तर त्याबरोबर तुझं राज्यसुद्धा नष्ट होईल. तू नीट विचार कर. कुणाच्याही हातून चूक झाली, तरी तुला त्याची फार मोठी शिक्षा भोगावी लागेल. तुझं राज्य तुझ्या हातून जाईल. तू एवढा मोठा धोका पत्करायला तयार आहेस का?''

तिच्या बोलण्यावर सोमनायकानं क्षणभर विचार केला. मग तो आत्मविश्वासानं म्हणाला, ''पाण्याचा स्रोत म्हणजे जीवनाचा स्रोत. तुमच्या सर्व अटी व नियम अगदी तंतोतंत पाळले जातील. मी तुम्हाला वचन देतो.''

ती स्त्री पुढे म्हणाली, ''आमची आणखी एक अट आहे. दर पौर्णिमेला मात्र तुम्ही या ठिकाणी तुमच्या प्रजेला प्रवेश बंद ठेवला पाहिजे. देवालयाची दारं बंद राहतील. म्हणजे आम्हाला नेहमीसारखं इथं येता येईल. आणि आम्ही इथं असताना कुणीही या परिसरात फिरकायचं नाही, आम्हाला त्रास द्यायचा नाही. आमच्या एकांताचा भंग होता कामा नये.''

“सोमनायकानं तीही अट मान्य केली. मग एक पाऊल पुढे होऊन त्याला सापडलेली मोत्यांची माला एका स्त्रीच्या हातात देऊन तो हळूच म्हणाला, “मला वाटतं, ही माला तुमच्यापैकीच कुणाचीतरी आहे.”

त्याचा तो प्रामाणिकपणा पाहून त्या स्त्रिया प्रसन्न झाल्या. त्या ते मधुर जलप्राशन करून विहिरीच्या पायऱ्या चढून वर आल्या आणि आकाशात लुप्त झाल्या. ती विहीर मात्र होती तशीच राहिली.

“सोमनायक जवळच्या एका जलाशयापाशी गेला. तिथं त्यानं स्नान केलं. मग मागे परत येऊन त्या विहिरीच्या पायऱ्या उतरून तो खाली गेला. ती विहीर, आणि ते मंदिर जवळून तर अधिकच रमणीय दिसत होतं. अगदी खालच्या पायरीवर पोहोचल्यावर त्यानं वाकून, हातांची ओंजळ करून ते पाणी प्यायलं. ते अत्यंत मधुर होतं. ‘हे तर खरोखर अमृताहून गोड आहे,’ असं त्याच्या मनात आलं. अर्थात, अमृत किती गोड असतं, हे कुठं त्याला ठाऊक होतं?

“दुसऱ्या दिवशी आपल्या राज्यात परत पोहोचल्यावर त्यानं शिपायांकरवी राज्यात दवंडी पिटवली, ‘आपल्या राज्यात शिवमहादेवाची एक सुंदर विहीर आहे. ज्या कुणाला तेथील देवालयात जाऊन पूजा करायची आहे, त्यांना तशी परवानगी आहे. फक्त एकच अट आहे- त्या विहिरीत उतरण्यापूर्वी सर्वांना शेजारच्या जलाशयात स्नान करून स्वच्छ, शुद्ध व्हावं लागेल. तेथील पाणी फक्त पिण्यासाठी असून ते इतर कोणत्याही कामासाठी वापरण्यास मनाई आहे. प्रत्येक नागरिकाला त्या विहिरीतून एका वेळी फक्त एक कळशी पाणी आणण्याची परवानगी मिळेल. त्याहून जास्त पाणी आणता येणार नाही. हे सर्व नियम प्रत्येकानं अत्यंत कसोशीनं पाळायचे आहेत. त्यात कुणाचाही अपवाद केला जाणार नाही. दर पौर्णिमेच्या रात्री मंदिर बंद राहील. त्या वेळी त्या परिसरात कुणालाही प्रवेश दिला जाणार नाही.”

सोमनायकानं जनतेला असंही सांगितलं, की त्या विहिरीच्या अगदी जवळच आणखी एक जलाशय असून मंदिरात प्रवेश करण्यापूर्वी प्रत्येकाला तिथं स्नान करता येईल. ही बातमी सगळीकडे वाऱ्यासारखी पसरली. राज्यातून सगळीकडून, अगदी कानाकोपऱ्यातून माणसांचा ओघ त्या विहिरीकडे आणि मंदिराकडे लोटला. थोड्याच दिवसांत ते एक प्रेक्षणीय स्थळच झालं. त्याला नाव देण्यात आलं, सोमनहळ्ळी.

या स्थळाला रोज इतक्या प्रचंड संख्येने लोक भेट देत असूनसुद्धा ते अत्यंत स्वच्छ ठेवण्यात येऊ लागलं. राजानं चोवीस तास स्थळाभोवती पहारा बसवला.

काही वर्षांनंतर राजानं एका सुंदर स्त्रीशी विवाह केला. तिचं नाव राणी रत्नावती. ती अत्यंत सौंदर्यवती आणि साहसी होती; परंतु त्याचबरोबर ती हट्टी आणि दुराग्रहीसुद्धा होती. आपल्याला रानात गेलेलं असताना त्या स्वर्गीय विहिरीचा शोध कसा लागला, त्या स्वर्गातून खाली उतरलेल्या लावण्यवती स्त्रियांनी आपली विनंती मान्य करून ही विहीर सामान्य जनतेसाठी कशी खुली केला; पण त्यापूर्वी आपल्याला कशा काही अटी त्यांनी घातल्या, हे सगळंच्या सगळं तपशीलवार त्यानं आपल्या राणीला सांगितलं. त्या सर्व तरुणी आपल्यापेक्षा सुंदर असतील का, असा प्रश्न राणी रत्नावतीला पडला; पण ते समजण्याचा काहीच मार्ग नव्हता. त्या फक्त पौर्णिमेलाच स्वर्गातून खाली यायच्या. तेव्हा तर त्या परिसरात जाण्याची कुणालाच परवानगी नव्हती.

असंच एक दिवस राजा सोमनायकाला शेजारच्या राज्यात होत असणाऱ्या एका समारंभाला उपस्थित राहण्यासाठी जावं लागणार होतं. रत्नावतीला आपल्याबरोबर नेण्याची त्याची इच्छा होती; पण प्रकृती बरी नसल्याचा बहाणा करून ती मागेच थांबली. ''मी माझ्या महालात विश्रांती घेणार आहे,'' ती राजाला म्हणाली.

''राजा सुस्वभावी आणि सरळ मनाचा होता. त्याचा तिच्यावर विश्वास बसला. तो समारंभाला उपस्थित राहण्यासाठी निघून गेला. राजा गेल्यावर जराही वेळ न दवडता रत्नावतीनं सारथ्याला सांगून आपला रथ बाहेर काढला. ती घाईघाईनं त्या विहिरीकडे निघाली. तिनं मनात विचार केला, 'मी तर या राज्याची राणी आहे. या भूमीचा प्रत्येक कण माझ्या मालकीचा आहे. मग ही विहीर जरी त्या स्वर्गलोकीच्या अप्सरांनी राज्याला भेट म्हणून दिली असली, तरी काय झालं? माझ्या राज्यात, माझ्या मालकीच्या भूमीवर ती आहे. माझा पती उगाच घाबरतो म्हणून तो त्या अप्सरांच्या नियमांचं तंतोतंत पालन करतो; पण त्यांचा नियम मोडल्यानं काहीही बिघडणार नाही, हे मी त्याला दाखवूनच देईन.'

''राणीचा रथ त्या विहिरीजवळ पोहोचला. राणीला पाहताच तिथले

रखवालदार धावत पुढे आले. त्यांतला मुख्य पुढे होऊन म्हणाला, ''राणीसाहेब, आज तुम्ही मंदिरात जाऊ नका. आज पौर्णिमा आहे. सरकारी नियमानुसार पौर्णिमेच्या दिवशी कुणीही मंदिरात जाऊ शकत नाही. तुम्ही आजच्या दिवस आपल्या शाही अतिथीगृहात का नाही मुक्काम करत? उद्या तुम्हाला विहिरीला आणि मंदिराला भेट देता येईलच.''

पण रत्नावती काही ऐकायला तयारच नव्हती. ती संतापून म्हणाली, ''मला थांबवण्याची तुमची हिंमत तरी कशी झाली. मी या राज्याची राणी आहे. इथे माझा कायदा चालतो.''

''एवढं बोलून ती पायऱ्या उतरून त्या विहिरीकडे गेली. पौर्णिमेची रात्र असल्यामुळे सर्व परिसर चांदण्यात उजळून निघाला होता. शिवालय चांदीसारखं चमकत होतं. पाणीही चमचमत होतं. तिला पाण्यात उतरण्याचा मोह पडला. ती सरळ स्नान करण्याच्या उद्देशानं आत उतरली. अचानक तिला पाठीमागून कसला तरी आवाज आला. तिनं मागे वळून पाहिलं. सात सुंदर तरुणी विहिरीच्या पायऱ्यांवर उभ्या होत्या. त्या खरंतर आपल्यापेक्षा कितीतरी पटीनं सुंदर आहेत, हे तिला मनोमन कळून चुकलं होतं. पण तरीसुद्धा तिचा अहंकार तिला ही गोष्ट मान्य करू देत नव्हता. राणी रत्नावतीला पाण्यात उतरलेलं पाहून त्या स्वर्गलोकीतून आलेल्या स्त्रिया रागावल्या. त्या म्हणाल्या, 'कोण गं तू? आज पौर्णिमेच्या दिवशी तू इथं येण्याचं धाडस केलंसंच कसं? राजा सोमनायक आमचे सगळे नियम विसरला की काय?''

त्यावर राणी रत्नावती उद्धट स्वरात म्हणाली, ''मी त्या राजाची राणी आहे. ही भूमी आमची आहे. इथले कायदे आणि नियम आम्ही बनवतो. तुम्ही या ठिकाणी कधी यायचं, तेही मीच ठरवणार. मी सांगेन त्याच दिवशी तुम्ही यायचं. इथलं पाणी इतकं सुमधुर आहे, याचं कारण ते पृथ्वीच्या पोटातून आलेलं आहे. ते मधुर आहे, पण ते काही तुम्ही बनवलेलं नाही.''

''आमच्याशी या अशा पद्धतीनं बोलणारी तू कोण गं? तू केवळ आमच्या नियमांचाच भंग केलेला नाहीस, तर तू हे पाणीसुद्धा अशुद्ध, अपवित्र केलं आहेस. एकदा या पाण्यात उतरून जर कुणी स्नान केलं, तर त्यानंतर ते पाणी कुणीही पिण्याच्या योग्यतेचं राहत नाही.''

त्या स्त्रिया एवढं बोलून पाठ फिरवून तिथून जायला निघाल्या.

विहिरीच्या बाहेर पडून स्वर्गलोकी जाण्यासाठी त्या निघाल्या असताना त्यांच्यातील सर्वांत मोठी स्त्री म्हणाली, "राणी रत्नावती, तुला तुझ्या या कृत्याचा निश्चित पश्चात्ताप होईल."

एवढं बोलून शिडीवर चढून एक-एक करून त्या सर्व जणी आकाशात अदृश्य झाल्या. राणी रत्नवती घाईनं पाण्याबाहेर पडून त्यांच्या पाठीमागे धावली; पण त्या केव्हाच नाहीशा झाल्या होत्या.

अचानक तिथं ढगांचा गडगडाट आणि विजांचा कडकडाट सुरू झाला. वादळी वारा सुटला. मुसळधार पाऊस पडू लागला.

"रत्नावती पायऱ्या चढून विहिरीबाहेर पडली. भूकंप सुरू झाला. जरा वेळात दुभंगलेली धरणी जुळून येऊन मैदान पूर्ववत झालं. तिथं त्या विहिरीचा मागमूससुद्धा राहिला नाही.

"आता मात्र राणीच्या तोंडचं पाणी पळालं. तिला खरंतर राजानं जाण्यापूर्वी सारं काही समजावून सांगितलं होतं. नियम मोडल्यास त्याचे काय परिणाम होतील, याची तिला पूर्णपणे कल्पना होती. आता त्याचं राज्य नष्ट होणार होतं. ती रडू लागली. स्वतःला दोष देऊ लागली. 'मी हे असं करायला नको होतं. मी ते पाणी अपवित्र केलं. मी माझ्या पतीची आज्ञा मोडली. माझ्या उद्दामपणापायी मी माझ्या हातांनी आमच्या राज्याचा विनाश केला.'

सोमनायक आपल्या प्रवासाहून कधी परत आलाच नाही. रत्नावतीला वेड लागलं. ती हातवारे करत, रडत-ओरडत रस्त्यावरून हिंडू लागली. असे काही दिवस गेल्यावर तिचं नावही कुणाला ऐकू येईनासं झालं. ज्या राणीनं आपल्या राज्याचं रक्षण करायला हवं होतं, तिनं आपल्या कर्मानं पाण्याचा महत्त्वपूर्ण स्रोतच नष्ट करून टाकला. तिनं राजाज्ञा मोडली. वचनभंग केला आणि हे इतकं दुर्धर संकट ओढवून घेतलं.

लोक म्हणतात, आपलं सोमनहळ्ळी गाव त्या विहिरीच्या खूप जवळ आहे. ही कथा आपल्या गावात पिढ्यान्‌पिढ्या चालत आलेली आहे; पण तरी विहीर मात्र अजून कुणीच पाहिली नाही."

आजीनं तिची कथा सांगून संपवली. अनुष्काच्या डोळ्यांत झोप लोटली होती. तिनं झोपाळू डोळ्यांनी चंद्राकडे पाहिलं. त्या अप्सरा कधी अवतीर्ण होतील, याची ती वाट पाहू लागली.

आजीची बाग

दुसऱ्या दिवशी सकाळी अनुष्कानं डोळे उघडले तर आजी तिथेच होती. ती म्हणाली, "आज उठल्या उठल्या अंघोळीची घाई करू नको, बरं का. मी आज छानपैकी तुझ्या डोक्याला तेल लावून तुला न्हायला घालणार आहे. त्याला वेळ लागेल. तू ऊठ आणि जुने कपडे घालून ये पाहू. आपण तुझ्या डोक्याला तेल लावायला पुढच्या बागेत बसू."

आजोबा-आजीचं घर एक एकराच्या जमिनीवरच्या तुकड्यावर होतं. सभोवताली नारळाची झाडं होती. पुढच्या भागातही आणि मागच्या भागातसुद्धा. मागच्या बाजूला विहीर होती. तिला पंप बसवलेला होता. बारा महिने त्याच विहिरीचं पाणी सगळ्या बागेला मिळत असे.

अनुष्कानं आळस दिला. ती उठून हळूहळू चालत न्हाणीघरात गेली. तिनं दात घासले, डोळे धुतले, चेहरा धुतला. इथं खेडेगावात तेल लावून चोळून अंघोळ करण्याचं इतकं काय कौतुक असतं, हेच तिला कळत नव्हतं. बंगळुरूला तर ती आपली आपणच नेहमी अंघोळ करायची. अगदी क्वचितच कधीतरी आई तिच्या केसांना तेल लावून तिला अंघोळ घालायची; पण तीही अगदी घाईगडबडीत. उगाच फार जास्त तेल लावलं तर बाथरूमच्या टाइल्सवर ते साचून राहील आणि टाइल्स तेलकट होऊन पाय घसरेल, अशी तिच्या आईला भीती वाटे. त्यामुळे अनुष्काला तेल लावून अंघोळ घालून दिल्यावर तिची आई आधी बाथरूम स्वच्छ धुवायला लावायची.

अनुष्का जुने कपडे घालून अंगणात आली. आजी अंगणातल्या बाकावर हातात काळपट हिरव्या रंगाच्या तेलाची बाटली घेऊन बसली

होती. त्यात कसलीतरी पानं तरंगत होती. "अनुष्का, इकडे ये. अशी माझ्या पुढ्यात पाठ करून बस बघू. मी या खास तेलानं तुझ्या केसांची मुळं छानपैकी चोळून देते; पण त्यानंतर तासभर तरी डोकं धुवायचं नाही."

"या तेलात इतकं काय खास आहे गं, आजी?"

"मी तुला एक गुपित सांगू का?" आजी म्हणाली, "आपल्याकडे ना सगळ्या गोष्टींसाठी आपण घरगुती उपायच करतो. आता या तेलाचंच बघ ना! यात ब्राह्मी नावाची वनस्पती आहे. तर ब्राह्मीचा वेल तर आपल्या बागेतच आहे. आणखीही काही वनौषधी यात आहेत, त्याही बागेतच उगवलेल्या आहेत. शिवाय यात कापूर आहे, आणि लाल जास्वंदीच्या वाळलेल्या फुलांची भुकटीसुद्धा आहे. माझ्या केसांकडे बघ जरा," असं म्हणून आजीनं तिचे दाट, लांब केस अनुष्काला अभिमानानं दाखवले. आजी इतकी म्हातारी झाली असूनही त्यामानानं तिचे केस फारसे पिकले नव्हते. जरा जरा पांढरे होते इतकंच.

आजीनं स्मितहास्य केलं. ती म्हणाली, "हे तेल माझ्या आईच्या कृतीनुसार बनवलेलं आहे, बरं का. ती हेच तेल वापरून आमच्या घरच्या सगळ्या मुलींच्या डोक्याला मालीश करून द्यायची."

अनुष्का शांतपणे बसून होती. आजी पुढे म्हणाली, "अनुष्का, अगं त्या काळी इथं गावात कुणी डॉक्टर नव्हता की औषधांचं दुकानसुद्धा नव्हतं. मग कधी कुणाला सर्दी, ताप, खोकला असं काही झालं, की लोक त्यावर घरगुती उपायच करत. म्हणून तर आपण आपल्या बागेत इतक्या वनौषधी लावल्या आहेत ना. तू कधी मागच्या अंगणात लावलेली झाडं नीट पाहिली आहेस का?"

आजीच्या बागेत पुढच्या दारी खूप फुलझाडं आहेत आणि मागच्या दारी बरीच लहानमोठी झाडं-झुडपं आहेत, एवढं अनुष्कानं पाहिलं होतं. पण त्याहून जास्त माहिती मिळवण्याचा तिनं अजिबात प्रयत्न केला नव्हता. आत्ता तिनं फुलझाडांवरून एक नजर फिरवली. तिला तिथं विविधरंगी फुलं दिसली. पण त्यात कुठंही ग्लॅडिओलाय, जर्बेरा वगैरे परदेशी फुलं दिसली नाहीत. पण विविध प्रकारची देशी फुलझाडं तिथं होती. त्यात मोगरा, गुलाब, चमेली अशा अनेक जाती होत्या.

आजी पुढे म्हणाली, "माझ्याकडे एक खास जातीचा मोगरा आहे.

त्याला रोज कळ्या येतात. त्याला ‘नित्य मल्लिगे’ म्हणतात. पण काही जातीच्या मोगऱ्याला मात्र फक्त उन्हाळ्यातच बहर येतो. ‘डुंड मल्लिगे’ जातीच्या मोगऱ्याला अशी उन्हाळ्यात फुलं येतात. ‘जाजी मल्लिगे’ जातीच्या मोगऱ्याची पाकळी जरा लालसर असते आणि ती फुलं पावसाळ्यात फुलतात, तीही संध्याकाळी. नंतर इथे ‘सुजी मल्लिगे’ म्हणून एक मोगऱ्याची जात आहे, त्याचा तर नुसता दरवळ सुटलेला असतो. त्याचं देठ एखाद्या सुईएवढं छोटं असतं; पण त्याचा सुगंध अक्षरशः वेड लावतो. ‘काकडा मल्लिगे’ नावाच्या मोगऱ्याचं दाट झुडूप असतं. हिवाळ्यात अक्षरशः पोत्यानं फुलं येतात, पण त्यांना काहीच वास नसतो. तशाच चाफ्याच्याही असंख्य जाती असतात, बरं का. त्यात जी अगदी बारीक फुलं असतात, त्यांना ‘चिन्न संपिगे’ म्हणतात. त्यांचा वास खूप छान असतो. आणि तुमच्या बंगळुरूमध्ये जी बाजारात मिळतात ना, मोठाली फुलं, त्यांना म्हणतात ‘केंद संपिगे’.’’

‘‘आजी, तुझ्या बागेत कित्ती गुलाब आहेत गं!’’

‘‘अनुष्का, बंगळुरूमध्ये यापेक्षा फारच सुंदर गुलाब मिळतात. गुलाबाचं झाड आपल्या इतर गावठी झाडांसारखं नसतं. ते ना खूप नाजूक असतं. त्याची फार काळजी घ्यावी लागते. इथं गावाकडे फार ऊन असतं. इथली जमीनसुद्धा गुलाबाची लागवड करण्यासाठी पोषक नाही. त्यामुळे इथं चांगल्या प्रतीची गुलाबाची झाडं तुला कुठेच बघायला मिळणार नाहीत. आपल्या बागेतसुद्धा थोडीशी गुलाबाची झाडं आहेत, पण बंगळुरूच्या गुलाबांशी त्याची तुलनाच करता येणार नाही.’’

‘‘बंगळुरूला लालबागमध्ये वर्षातून दोन वेळा गुलाबपुष्प प्रदर्शन भरतं. मी नेहमी त्याला जाते. तिथं अतिशय सुंदर अशी गुलाबाची बाग आहे. खूप रंगांची गुलाबाची फुलं तिथं लावलेली आहेत,’’ अनुष्का म्हणाली. ‘‘पण आजी, तू मागच्या अंगणात कसली झाडं लावली आहेस गं?’’

‘‘तिथं एक रोपटं आहे. त्याचं नाव ‘मनोरंजन’. त्याला हिरवट पिवळी फुलं येतात. शिवाय रातराणीचं पण झाड आहे. त्याला फक्त रात्रीच फुलं येतात. त्यांच्या सुगंधाला तर उपमाच नाही. लोक म्हणतात रातराणीकडे साप आकृष्ट होतात आणि त्या झुडपात रात्रीच्या वेळी वेटोळं करून बसतात.’’

“खरंच का गं आजी?” अनुष्का म्हणाली. तिनं प्राणिसंग्रहालयात एक भलामोठा सर्प पाहिला होता, तेव्हा ती प्रचंड घाबरली होती. “इथं, तुझ्या अंगणात साप येतात? आणि झुडपात वेटोळं करून बसतात? पण आजी, तुझी खोली तर या बागेपासून किती जवळ आहे. एखादा साप घरात शिरला तर? आपण आजपासून रात्रीच्या वेळी खिडक्या बंद करत जाऊ या.”

तिचं बोलणं ऐकून आजी जोरात हसली, “अनुष्का, जिथं कुठं झाडंझुडपं असतील, तिथं साप तर येतातच. ते काही फुलांच्या सुगंधाकडे आकृष्ट होऊन येत नाहीत. लोक तसं मानतात, इतकंच. ते खरं म्हणजे भक्ष्याच्या शोधात येतात. सापांचं भक्ष्य म्हणजे उंदीर. उंदीर झाडांची फळं आणि बिया खातात. हे असं निसर्गाचं चक्र सातत्यानं चालू असतं. यालाच ‘जीवो जीवस्य जीवनम्’ असं आपण म्हणतो. आपल्या अन्नपाण्यासाठी एक प्राणी नेहमी दुसऱ्या प्राण्यावर अवलंबून असतो. तेव्हा तू घाबरू नकोस.”

“आजी, तू मला सगळी फुलं दाखवशील?”

“हो. दाखवेन ना.”

“आणखी काय काय आहे गं तुझ्या बागेत?”

“तसं खूप काय काय आहे. कितीतरी झाडं आणि वेलींची पानं, फुलं, फळं, काष्ठं आणि मुळ्यांमध्ये औषधी गुणधर्म आहेत. या अशा वनौषधींच्या अर्कापासूनच बरीच औषधं बनवण्यात येतात, असं तुझ्याच डॅडींनी मला एकदा सांगितलं होतं, बरं का.”

एव्हाना अनुष्काच्या डोक्यात आजीचं तेल जिरवून झालं होतं. तिचे केस छान सुगंधी झाले होते. आजीनं एक रबरबॅन्ड घेऊन तिच्या केसांचा बुचडा बांधून टाकला, “जा बरं, पायात चपला घालून ये म्हणजे मी तुला मागील दारी घेऊन जाते.”

मागच्या अंगणात आजीनं अनुष्काला प्रत्येक झाड दाखवून त्याची व्यवस्थित माहिती देण्यास सुरुवात केली. त्या प्रत्येक झाडाविषयी बोलत असताना आजीच्या स्वरात अभिमान होता. अनुष्काला ते जाणवलं. तिला कधीही एखादं बक्षीस मिळालं, की ते घरी नेऊन आपल्या वडिलांना दाखवताना तिलासुद्धा असाच खूप आनंद व्हायचा.

पुढच्या अंगणात इतकी फुलझाडं होती; पण या मागच्या बाजूला

मात्र एकही फुलझाड नव्हतं. आजीनं अनुष्काला एक छोटंसं रोप दाखवलं. त्याला भरपूर हिरवीगार पानं होती, ‘‘ही तुळस आहे बरं का.’’

‘‘हो, आजी. मला तुळशीविषयी थोडी फार माहिती आहे,’’ अनुष्का उत्साहानं म्हणाली. ‘‘आईनं स्वयंपाकघरात तुळस ठेवली आहे. ती त्याला रोज पाणी घालते. पण आजी, या तुळशीचं एवढं काय खास महत्त्व आहे? प्रत्येकालाच आपल्या घरात तुळस का गं हवी असते?’’

‘‘बाळा, तुळशीच्या झाडात खूप औषधी गुणधर्म असतात. बऱ्याच घरगुती उपचारांमध्ये तुळस वापरतात. तुळशीचे एकंदर सात प्रकार असतात. पण माझ्या बागेत त्यातले थोडेसेच आहेत. ही बघ कृष्ण तुळस. हिची पानं गडद रंगाची असतात. विष्णू तुळस फिकट रंगाची असते. राम तुळशीची पानं मोठी, फिकट हिरवी असतात. कस्तुरी तुळशीचा वास अतिशय सुंदर असतो. आणखी एक प्रकार असतो गंगा तुळस. ती मुख्यत्वे करून थंड प्रदेशात आणि हिमालयात उगवते. याचं वैशिष्ट्य असं की याच्या पानांचा वास हुबेहूब तुळशीसारखा असतो; पण याची पानं दिसायला फारच वेगळी असतात.’’

‘‘पण मग आजी, तू ही इथं कशी काय लावलीस?’’ अनुष्का म्हणाली.

‘‘अगं, मी यात्रेला गेले होते, गंगोत्रीला. तिथून मी या तुळशीचं बी आणलं होतं. मी एका कुंडीत ते लावलं. ते सावलीतच वाढवलं. त्याला रोज पाणी दिलं. त्यामुळे ते आता चांगलं वाढलंय. पण तरीही हे झाड त्या प्रदेशात जेवढं वाढतं, तेवढं काही इथं वाढलेलं नाही. पण या इथल्या मातीत याहून किती वाढणार ते? हे काही मूळचं या भागातलं नाही.’’

‘‘मूळचं या भागातलं नाही, म्हणजे काय गं आजी?’’

‘‘अगं अनुष्का, प्रत्येक भागात प्रत्येक ऋतूप्रमाणे वेगवेगळं हवामान असतं. त्यामुळे त्या भागातील जमिनीच्या प्रतवारीनुसार, प्रकारानुसार काही विशिष्ट झाडं, झुडपं, वेली विशिष्ट हंगामात तिथं येतात. त्यामुळे त्या झाडाझुडपांना आपण त्या भागातील स्थानिक वनस्पती म्हणतो. उदाहरणच द्यायचं झालं, तर दक्षिण भारतातील हवामान आणि मातीच्या

प्रकारामुळे तिथं सफरचंदाची लागवड करता येणं शक्य नाही. त्याचप्रमाणे उत्तर भारतात नारळ लावता येत नाही.''

आजीनं बोलता बोलता एका विशिष्ट झाडाकडे बोट दाखवलं, ''ही वेल पाहा. हिचं नाव अमृतवल्ली. ताप आणि अंगदुखीसाठी हिची पानं उकळून त्याचा काढा करून पिणं हा अगदी रामबाण उपाय आहे, बरं का. आणि पलीकडची ती ब्राह्मीची वेल पाहा. तिची पानं वापरून केशतेल बनवतात. आणि इथं हे रोपटं दिसतंय ना, ते तर गुणकारी हळदीचं आहे.''

आजी त्याच्या शेजारी जाऊन थांबली.

''अगं पण आजी,'' अनुष्का ओरडली, ''याची पानं तर हिरवी आहेत आणि हळद पिवळीजर्द असते.''

''अगं वेडे, सगळ्याच झाडांची पानं हिरवीच असतात. हळकुंड जमिनीच्या आत वाढतं. त्याची वाढ पूर्ण झाली की, वरच्या झाडाची पानं पिवळी पडतात. झाड कोरडं होतं. एकदा तसं झालं की मी ते ओलं हळकुंड जमिनीतून खणून वर काढून उन्हात वाळवते. मग त्याची पूड करून बरणीत भरून ठेवते. ती पूड मात्र पिवळीधमक असते. तुला कधी खोकला झाला ना, तर उकळत्या दुधात चिमूटभर हळद टाकून ते प्यायचं, म्हणजे खोकला लगेच बरा होतो.''

अनुष्का चालत आणखी थोडी पुढे गेली. तिथं एक लहान पानांचं रोपटं होतं. त्याला नाजूक पिवळी फुलं होती. तिनं एक पान तोडून सहज तोंडात घातलं.

आजी तिला रागावून म्हणाली, ''बाळा, एक लक्षात ठेव, असं वाटेल त्या झाडाचं पान माहीत नसताना कधीच तोंडात घालायचं नाही. ते विषारी असलं, म्हणजे?''

अनुष्कानं घाबरून घाईघाईनं ते पान थुंकलं, ''आजी, मी कसलं पान खाल्लं गं?'' तिचा चेहरा कावराबावरा झाला होता, ''ते चवीला काहीतरी विचित्रच लागत होतं.''

''अगं, त्याला नागादलीचं झाड म्हणतात. साप चावल्यावर उतारा म्हणून याचा वापर होतो.''

अनुष्कानं मान डोलावली. मग तिचं लक्ष उंच वाढलेल्या गवताकडे गेलं. ''हे गवत कसलं आहे गं आजी?''

"अगं, तो गवती चहा आहे. आम्ही तो वापरून 'ग्रीन टी' बनवतो. तो आरोग्याला फार उत्तम असतो बरं का. माझ्या बागेत आणखी बऱ्याच प्रकारचं गवत आहे. हे एक तांदूळ गवत आहे ना, ते जर भात शिजवताना त्यात घातलं, तर भाताला सुरेख सुगंध येतो. आणि ते पलीकडचं औषधी गवत आहे. गाईगुरांची पोटं बिघडली, तर आम्ही त्यांच्या चाऱ्यात ते मिसळून त्यांना खायला देतो."

"ए आजी..." अनुष्कानं काहीतरी विचारायला सुरुवात केली, पण आजी तिला मध्येच थांबवत म्हणाली, "अनुष्का, आज खूप माहिती मिळवून झाली. आता पुरे. चल, आत जाऊ. तुझं अंग छान तेलानं चोळून देऊन तुला न्हायला घालते आता."

"आजी, प्लीज... तेल फार जास्त लावू नको हं. मला नाही आवडत."

आजी हसली. ती अनुष्काला आतल्या न्हाणीघरात घेऊन गेली. अबब! केवढं मोठं होतं ते. अनुष्काच्या घरच्या झोपण्याच्या खोलीपेक्षाही मोठं होतं ते. कोपऱ्यात एक चूल होती. त्यावर तांब्याच्या घमेल्यात पाणी तापत ठेवलं होतं. चुलीत बागेतल्या वाळलेल्या कामट्या आणि नारळाच्या झावळ्या जळत होत्या.

आजीनं अनुष्काला एका लाकडी बाकावर बसवलं. ती म्हणाली, "आपल्या शरीराला थोडा ओशटपणा हवाच असतो. पण म्हणून क्रीमच्या बुधल्या घेऊन भरमसाठ क्रीम चोपडण्याची गरज नसते. तिळाचं किंवा नारळाचं तेल जरासं हातावर घेऊन छानपैकी अंगात जिरवायचं. अंग व्यवस्थित चोळायचं. म्हणजे बघ कसं छान वाटेल तुला. आणि सध्या उन्हाळा चालू आहे ना? त्यामुळे जास्त कडकडीत पाण्यानं अंघोळ करायची नाही, बरं का."

एवढं बोलून आजीनं तळहातावर थोडंसं तेल काढून घेतलं आणि ते अनुष्काला लावून तिचं अंग छानपैकी रगडायला सुरुवात केली.

सुरुवातीला अनुष्काला जरासं विचित्र वाटलं, पण जरा वेळात खूप सुखद वाटू लागलं. आजी आणि अनुष्का काहीही न बोलता गप्प होत्या. तेल लावून झाल्यावर आजी म्हणाली, "बाळा, तुला एक गंमत खाऊन बघायची आहे का?"

अनुष्का खूश होऊन हसली. तिनं जोरजोरात मान डोलावली.

आजीनं हात स्वच्छ धुतले. मग बाहेर जाऊन ती एक टोपली घेऊन आली. त्या मोठाल्या बिया होत्या. आजी म्हणाली, ''अनुष्का, या फणसाच्या आठळ्या आहेत. आपल्या घरच्या फणसाच्या.''

मग आजीनं झाडाच्या एका कामटीनं एक बी उचलून चुलीतल्या विस्तवात भाजायला धरली.

''आजी, अगं जपून. तुझा हात भाजेल ना,'' अनुष्का म्हणाली.

''छे, गं. मला सवय आहे. शिवाय जाळ काही खूप जास्त नाहीये,'' आजी म्हणाली.

जरा वेळात ती आठळी चांगली खरपूस भाजून झाली. आजीनं ती बाहेर काढून फुंकून सोलली. तिनं ती अनुष्काला खायला दिली. आहाहा! काय सुंदर चव होती त्याची. अनुष्कानं आजवर या चवीचं कधीच काही खाल्लं नव्हतं. ती खूश झाली.

''आजी, आजी... मला आणखी हवंय,'' ती आजीकडे हट्ट करत म्हणाली.

''तू आधी अंघोळ करून घे. मग बसून तुला हव्या तेवढ्या आठळ्या खा. तिखट-मीठ लावून खा, नाहीतर तूपगुळाशी खा. तुझे डॅडी म्हणतात या आठळ्यांमध्ये उत्तम प्रथिनं असतात; पण आपल्याला त्या फक्त फणसांच्या हंगामातच खायला मिळतात.''

आजीनं अंघोळीसाठी तीन बादल्या भरून पाणी काढलं.

अनुष्का म्हणाली, ''इतकं जास्त पाणी कशाला मला अंघोळीला? हे खूप झालं. आणि अगं, मी खोलीतून शांपूची बाटली घेऊन येते थांब.''

''शांपूबिंपू काही नको,'' आजी म्हणाली, ''इथं शिकेकाईची पूड आहे ना, ती पुरे झाली. तुझ्या केसातलं सगळं तेल त्यानं निघेल,'' असं म्हणून आजीनं तपेलीत गरम पाणी घेऊन अनुष्काच्या डोक्यावर घातलं.

पायऱ्यांच्या विहिरीची गोष्ट

दुसऱ्या दिवशी सकाळी घरच्या दोन गड्यांना बरोबर घेऊन आजोबा शेताकडे जायला निघाले. सकाळी नऊ-साडेनऊचा सुमार होता. सूर्य आभाळात चमकत होता. आज आजोबांनी त्या दोन गड्यांना बरोबर घेऊन शेतातले भोपळे तोडण्याचा बेत केला होता. ते भोपळे जवळच्या गावात विक्रीसाठी घेऊन जायचं त्यांनी ठरवलं होतं. अनुष्कानं व्हरांड्यात उभं राहून त्यांना हाक मारली, "आजोबा, माझा नाश्ता करून झाला. मला पण तुमच्याबरोबर शेतात यायचंय."

"बाळा, किती ऊन तापलंय. आणि आमचं काम आटपायला खूप वेळ लागेल."

"चालेल मला, आजोबा. मी माझी हॅट घालून येते ना. मला खरंच तुमच्याबरोबर यायचंय. मी आत्तापर्यंत भोपळे फक्त भाजीवाल्याकडेच पाहिले आहेत. पण मी भोपळ्याच्या वेलीला लागलेले भोपळे कधीच पाहिलेले नाहीत. मला घेऊन जा ना आजोबा," अनुष्का हट्ट करत म्हणाली.

मग आजोबांनी तिला लवकर येण्याची खूण केली. अनुष्का पळत जाऊन आपली हॅट घेऊन आली. आजोबांनी छत्री उचलली.

आजोबा, अनुष्का आणि ते दोन गडी जेव्हा शेतात जाऊन पोहोचले तेव्हा तिथं भोपळे तोडण्याचं काम जोरात सुरू होतं. विविध आकारांच्या शेकडो भोपळ्यांचे ढीग रचून ठेवलेले दिसत होते. आजोबा जवळची खुर्ची ओढून बसले. कुठल्या जातीचे भोपळे कोणत्या पिकअप ट्रकमध्ये भरायचे, याच्या सूचना ते गड्यांना देऊ लागले. तसंच काही

भोपळे नातेवाईक आणि मित्रमंडळींना वाटण्यासाठी बाजूला ठेवायचे होते. त्याचाही एक वेगळा ढीग करायला त्यांनी सांगितला.

अर्ध्या तासात सगळी गडबड थंडावली. जो तो आपापलं काम व्यवस्थित करू लागल्यावर आजोबांना जरा उसंत मिळाली. मग अनुष्काची बडबड सुरू झाली, ''आजोबा तो सोमनायक राजा आणि त्या स्वर्गलोकीच्या अप्सरांची गोष्ट तुम्हाला माहीत आहे का?''

आजोबांना हसू फुटलं, ''अच्छा! म्हणजे आजीकडून तू ती गोष्ट ऐकलीस तर?''

''होय, आजोबा. पण ती गोष्ट खरी आहे का हो? सोमनहळ्ळी हे गाव या गोष्टीवरूनच पडलं का हो? खरंच आपल्या गावात कुठेतरी जमिनीच्या पोटात अशी पायऱ्या असलेली विहीर असेल का? आपल्या या शेताच्या खाली किंवा आपल्या घराच्या खाली खरंच अशी विहीर असली तर?''

''अनुष्का, अगं ही सगळी ऐकीव माहिती आहे. आमच्या पूर्वजांनी आम्हाला जे काही सांगितलं होतं, तेवढंच फक्त मला माहीत आहे.''

''आणि त्यांनी तुम्हाला काय सांगितलं होतं? सांगा ना आजोबा. प्लीज. कधी एकदा ती गोष्ट ऐकते असं मला झालंय.''

मग आजोबांनी ओरडून गड्यांना कामाविषयी आणखी थोड्या सूचना दिल्या आणि मग आपली गोष्ट सुरू केली –

''खूप खूप वर्षांपूर्वी इथे एक राजा राहत होता. खूप हुशार, खूप देखणा. त्याचं नाव होतं सोमनायक. तो खूप साहसी, धैर्यवान, दयाळू आणि धीट होता. शिवाय अत्यंत दानशूर होता. वरदा आणि तुंगभद्रा यांच्या खोऱ्यात त्याचं राज्य पसरलेलं होतं. राज्याभोवती एक घनदाट अरण्य होतं. त्या अरण्यात वन्य पशूंचा संचार होता. कधीकधी काही रानटी श्वापदं नगरात घुसून राज्यातील जनतेला भयभीत करत, पिकांची नासाडी करत आणि गाईगुरांना पळवून नेत. प्रजेनं राजाकडे त्याविषयी गाऱ्हाणं मांडलं. अखेर आपण स्वतःच या पशूंचा बंदोबस्त करायचा असं ठरवून राजा एक दिवस शिकारीला निघाला. दोन दिवसांच्या रपेटीनंतर तो रानात त्याच्या शिपायांसह एका ठिकाणी येऊन पोहोचला. राजा तसाच पुढे जात राहिला. अखेर जरा वेळानं त्याच्या लक्षात आलं,

की बरोबरचे शिपाई व त्यांचे घोडे बरेच मागे पडले आहेत. तो रानात हरवला होता. परतीची वाट काही सापडत नव्हती.

परतीची वाट शोधत असताना सोमनायक एका झोपडीपाशी येऊन पोहोचला. बाहेर ओसरीत एक म्हातारा डुलक्या देत बसला होता. आजूबाजूला चिटपाखरूसुद्धा नव्हतं. राजा घोड्यावरून त्या म्हाताऱ्यापाशी जाऊन उभा राहिला. तरीही त्या म्हाताऱ्याला झोपेतून जाग आली नाही. जरा वेळ तसाच गेला. मग सावकाश त्या म्हाताऱ्यानं डोळे उघडले.

सोमनायक हलकेच म्हणाला, "तुम्ही आजारी दिसताय. तुम्हाला बरं नाही का?'

त्यावर म्हाताऱ्यानं मान हलवून होकार दिला.

"मग इथं तुमची काळजी घेणारं कुणीच नाही का?" राजा म्हणाला.

"हे माझं घर आहे. इथं मी एकटाच राहतो. मला मुलं-बाळं, बायको कुणीच नाही. मी खरंतर काशीला जायला निघालो होतो; पण अचानक माझी तब्येत बिघडली, म्हणून मी नाही गेलो. इथंच थांबलो."

"पण काशी तर फार दूर आहे हो. तुम्हाला तिथं कशाला जायचंय?"

"आता त्याचा काही प्रश्नच उरलेला नाही ना. माझी तब्येत ही अशी. मी जाऊ शकणारच नाहीये," तो म्हातारा म्हणाला.

मग सोमनायक राजानं स्वतःची ओळख करून दिली.

"हे पाहा, मी या नगराचा राजा आहे. राजा सोमनायक. तुम्ही माझ्याबरोबर चला. मी माझ्या नगरीत गेल्यावर तुमच्यावर उत्तमातील उत्तम उपचार होतील, अशी व्यवस्था करतो."

राजाचं ते औदार्य पाहून तो वृद्ध माणूस भारावून गेला. त्यानं राजासोबत जायचं मान्य केलं.

काही तासांतच राजाच्या शिपायांनी त्याला शोधून काढलं. मग सर्व जण त्या वृद्धाला घेऊन नगरात परत गेले. राजवैद्यानं त्या वृद्धावर उपचार सुरू केले. त्याला उत्तमोत्तम अन्नपाणी, औषधं आणि भरपूर विश्रांती मिळेल याची राजानं जातीनं काळजी घेतली. तो वृद्ध एका महिन्यात खडबडीत बरा झाला. तो प्रवास करण्याइतका तंदुरुस्त झाला आहे असं पाहून राजानं त्याला एक दिवस बोलावून घेतलं, "हे पैसे घ्या," राजा त्याला म्हणाला. "तुम्ही इथून काशीयात्रेला जा. तुमची इच्छा पूर्ण करा."

तो वृद्ध माणूस हसू लागला, "महाराज, मला आता काशीला जायची काय गरज? माझ्या मनात जे काही करण्याची इच्छा होती, ते तर मी इथं राहूनच करू शकतो."

"पण तुम्हाला काशीला नक्की कशासाठी जायचं होतं? तिथं जाऊन काय करायचं होतं?" सोमनायक राजा म्हणाला. त्याची उत्कंठा अगदी शिगेला पोहोचली होती.

"महाराज, मी एक शिल्पकार आहे. माझ्या मनात एक खूप मोठी पायऱ्यांची विहीर बनवण्याची योजना साकार झालेली आहे-पण साधीसुधी विहीर नव्हे, अत्यंत सुंदर विहीर, कोरीवकाम केलेलं शिल्प, खांब आणि सात शिवमंदिरं असं सगळं मला माझ्या हातानं घडवायचं आहे. मी गेली अनेक वर्षं प्रचंड मेहनत करून या प्रकल्पाचा संपूर्ण आराखडा तयार केला आहे. माझ्या असं कानावर आलं होतं, की काशी नगरीचा राजा फार दानशूर असून, या प्रकल्पासाठी लागणारा निधी तो अवश्य पुरवेल. पण महाराज तुमच्या सहवासात आल्यावर मला कळून चुकलंय, की दानशूरपणात तुमचा हात कुणीच धरू शकणार नाही. तुमची कृपाळू वृत्ती, माझ्यासारख्या परक्या व्यक्तीला तुम्ही दाखवलेली आपुलकी, जिव्हाळा पाहून मी भारावून गेलो आहे. महाराज, माझं हे स्वप्न पूर्ण करण्यासाठी जर तुम्ही हातभार लावलात, तर तो मला माझा बहुमानच वाटेल."

त्या वृद्ध माणसानं आपली जीर्ण झालेली थैली उघडून त्यानं बनवलेला आराखडा बाहेर काढला आणि सोमनायकापुढे पसरून ठेवला. तो आराखडा अत्यंत नीटनेटका व व्यवस्थित बनवण्यात आलेला होता. त्या मंदिराची रचना अतिशय गुंतागुंतीची असावी, असं वाटत होतं.

ते पाहून सोमनायक फारच प्रभावित झाला. "या सर्व मंदिरांची निर्मिती माझ्या नगरीत व्हावी, असं मला निश्चितपणे वाटतं; परंतु याला अफाट खर्च येईल. तो भरून काढण्यासाठी मला माझ्या जनतेच्या माथी कराचा बोजा मारावा लागेल. पण मला तसं नाही करायचं," तो व्यथित होऊन म्हणाला.

"महाराज, तुम्ही त्या गोष्टीची अजिबात चिंता करू नका. तुम्हाला कोणत्याही अडचणीत टाकून हे काम सुरू करण्याची माझी मुळीच

इच्छा नाही. पण तुमची परवानगी असेल, तर मी या बाबतीत तुम्हाला थोडीशी मदत करू शकतो. माझ्या सर्व शिल्पकारांची तुकडी येथून शंभर कोसांवर असणाऱ्या दुसऱ्या एका राज्यात राहत आहे. त्या सर्वांना मी इथं बोलावून घेऊ शकतो. मी ज्या झोपडीत बसलो होतो, ती झोपडी तुम्हाला आठवत असेल ना? त्या झोपडीच्या बरोबर खाली पृथ्वीच्या पोटात सुवर्णमुद्रांचा भलामोठा साठा दडलेला आहे. मी ही गोष्ट त्या वेळी तुमच्यापासून लपवून ठेवली, कारण तुम्हाला मी फारसा ओळखत नव्हतो. पण आता ही गोष्ट तुमच्यापुढे उघड करायला हरकत नाही. आपण त्या ठिकाणी जाऊन उत्खनन करून तो सर्व पृथ्वीच्या पोटात दडलेला खजिना बाहेर काढू. मग त्याचा वापर करून मंदिराच्या निर्मितीचं काम सुरू करू. म्हणजे तुम्हाला तुमच्या जनतेवर कराचं ओझं लादावं लागणार नाही.''

ही हकिगत ऐकताच राजा थक्क झाला. त्यानं आपल्या सैनिकांना त्या झोपडीच्या खालची जमीन खोदून ते धन बाहेर काढण्याची आज्ञा दिली. त्या वृद्धाचं म्हणणं खरंच होतं. त्या झोपडीच्या खाली जमिनीच्या पोटात केवढंतरी धन सापडलं.

काही दिवसांत शेकडो शिल्पकार व कारागीर त्या ठिकाणी येऊन दाखल झाले. लवकरच मंदिरांच्या बांधणीचं काम सुरू झालं. ते काम सतत चार वर्षं धीम्या गतीनं, पण अखंडितपणे चालू होतं. ती पायऱ्यांची विहीर व ती सात शिवालयं जेव्हा तयार झाली, तेव्हा ती अप्रतिम सुंदर दिसत होती. येणाऱ्या-जाणाऱ्यांची त्या अप्रतिम कारागिरीवर नजर पडताच ते जणू मंत्रमुग्ध होऊन त्या जागी खिळून उभे राहत. विहिरीला जे पाणी लागलं, तो नैसर्गिक पाण्याचा झरा होता. त्याचं पाणी तर अमृतापेक्षाही गोड होतं.

काम पूर्ण होताच त्या वृद्ध माणसानं सोमनायक राजाला बोलावून ती मंदिरं त्याच्या स्वाधीन केली. तो म्हणाला, ''महाराज, हा प्रकल्प परिपूर्ण झाला आहे. माझं स्वप्न प्रत्यक्षात उतरलं आहे. दक्षिण भारतात या विहिरीच्या तोडीची विहीर तुम्हाला कुठंही सापडणार नाही. महाराज, मी वडीलकीच्या नात्यानं तुम्हाला एक सल्ला देऊ का? माझं बोलणं लक्षपूर्वक ऐका. पाणी म्हणजे जीवन. जर जीवनाचा हा स्रोतच प्रदूषित झाला, तर आपण केलेले सगळेच प्रयत्न वृथा होतील. ही मंदिरंसुद्धा

आत्ता जशी आहेत, तशी टिकणार नाहीत. त्यामुळे या मंदिरांमध्ये प्रवेश करण्यापूर्वी प्रत्येकानं पाय धुतलेच पाहिजेत, असा तुम्ही नियम करा! शिवाय या विहिरीतून प्रत्येक भाविकाला केवळ एकच कळशी भरून पाणी घेऊन जाता येईल, असाही हुकूम जारी करा. दर पंधरा दिवसांनी ती विहीर साफसफाईसाठी बंद ठेवण्यात आली पाहिजे. त्यामुळे त्यातील पाण्याची पातळीसुद्धा खाली जाणार नाही. या नियमाला कोणाचाही अपवाद करू नका. तुम्ही जर माझे हे उपदेशाचे चार शब्द पाळलेत, तर ही विहीर आणि ही शिवालयं पुढची कित्येक वर्षं अशीच राहतील.''

सोमनायक राजानं ते मान्य केलं. त्यानं आपल्या राज्यात दवंडी पिटवली, 'आपल्या राज्यात एक अत्यंत सुंदर विहीर आणि शिवमंदिरं बांधण्यात आली आहेत. ज्या कुणाला त्या ठिकाणी पूजेसाठी जायचं असेल, त्यांना तशी परवानगी एका अटीवर देण्यात येत आहे. त्या विहिरीत उतरण्याआधी प्रत्येकाला स्नान करून आणि हात-पाय स्वच्छ धुऊन यावं लागेल, त्याशिवाय या ठिकाणी पाऊल ठेवता येणार नाही. हे पाणी केवळ पिण्यासाठीच वापरायचं, बाकी कशासाठीही नाही. प्रत्येकाला एक कळशीभर पाणीच नेता येईल. यातील प्रत्येक नियम अत्यंत कसोशीनं पाळला जाईल. याला कुणाचाही अपवाद करता येणार नाही. सर्व मंदिरं पौर्णिमेच्या रात्री बंद राहतील. त्या वेळी कोणालाही आत सोडता येणार नाही.'

सोमनायकाला आपल्या प्रजेची काळजी होती. त्यांना हे नियम पाळायला त्रास होऊ नये म्हणून त्यानं जवळच्या पाणवठ्यावर सर्वांच्या स्नानाची सोय केली. लोक त्या ठिकाणी येऊन, अंघोळ करून, कपडे बदलून मगच देवदर्शनासाठी जाऊ लागले.

या विहिरीची व अप्रतिम कोरीव काम केलेल्या शिवमंदिरांची बातमी बघता बघता सगळीकडे पसरली. स्थापत्यशास्त्राचा हा अतीव सुंदर नमुना बघण्यासाठी लोक दूरदूरच्या नगरांमधून येथे येऊ लागले. पौर्णिमेच्या रात्री वगळता इतर वेळी लोकांसाठी मंदिरं खुली ठेवण्यात येत. काही दिवसांनंतर या स्थळाचं प्रेक्षणीय स्थळात रूपांतर झालं. दूरदेशीचे पर्यटक या ठिकाणाला भेट देऊ लागले. या स्थळाचं नाव पडलं, 'सोमनहळ्ळी.'

लोकांची इतकी गर्दी वाढत असूनसुद्धा राजानं त्या स्थळाची काटेकोरपणानं नियमित साफसफाई करण्यात येईल, अशी व्यवस्था केली. रात्रंदिवस पहारा देण्यासाठी पहारेकरी नेमले.

काही महिने लोटले. राजाच्या पोटी पुत्र जन्माला आला. राजानं त्याचं 'शशीशेखर' असं नामकरण केलं. काही वर्षांनंतर राजपुत्र शशीशेखर यानं तारुण्यात पदार्पण केलं. तो बुद्धिमान होता; पण तितकाच उद्दाम व अहंकारी होता. एकदा राजा सोमनायक आपल्या राणीबरोबर तीन महिने उत्तर भारताच्या यात्रेसाठी निघाला. या काळात राज्याची धुरा त्यानं आपल्या तरुण पुत्राकडे सोपवली. राजानं त्याला बोलावून घेतलं. "बेटा, तू या राज्याचा भावी राजा आहेस," सोमनायक म्हणाला. "तू तुझ्या स्वतःच्या अनुभवातून जे काही शिकायला मिळेल ते शिकून घे. त्याचप्रमाणे इतरांच्या जीवनाकडेही बारकाईनं बघ. त्यातूनही धडे घे. तू विनम्रतेनं वाग. वडीलधाऱ्यांचा मान राख. तुझ्या प्रजेला नीट समजून घे. जे काही निर्णय घेशील, ते त्यांचं हित मनात ठेवूनच घे. असं आचरण केलंस, तरच तुला आयुष्यात यश मिळेल आणि तू एक उत्कृष्ट राज्यकर्ता म्हणून नावारूपाला येशील."

राजपुत्र शशीशेखरनं नुसती मान हलवली, पण त्याचं आपल्या वडिलांच्या बोलण्याकडे काडीमात्रही लक्ष नव्हतं.

राजानं त्याला त्या पायऱ्यांच्या विहिरीबद्दलचे नियमसुद्धा समजावून सांगितले; आणि आपण यात्रेहून परत येईपर्यंत त्या नियमांचं काटेकोर पालन व्हायला हवं, असंसुद्धा बजावून सांगितलं. राजपुत्रानं ते मान्य केलं. सोमनायक राजा राजधानी सोडून बाहेर पडताच राजपुत्र शशीशेखर व त्याच्या मित्रांचं चांगलंच फावलं. आता तर त्यांचंच राज्य होतं. ते सर्व जण तरुण होते. त्यांच्याकडे विचारांची परिपक्वता नव्हती आणि त्यांच्यावर वचक ठेवणारं वडीलधारं कुणीच नव्हतं.

राजपुत्राच्या मित्रांनी त्याला सांगितलं, "तुझे वडील एकदम जुन्या मताचे आहेत. त्यांना नवनवीन प्रयोग करून बघण्याचं वावडं आहे. कित्येक दशकांपूर्वी कुठल्यातरी म्हाताऱ्या शिल्पकारानं त्यांना कुठलेतरी नियम घालून दिले आणि तुझे वडील आजपर्यंत त्या नियमांचं पालन करत आले. आणि समजा या विहिरीला काही झालंच, तर तुझ्याकडे केवढीतरी संपत्ती आहे. ही गेली, तर दुसरी विहीर घे ना बांधून. एवढं

पाणी आहे, तर त्यात डुंबायचं नाही, मजा करायची नाही, तर मग काय अर्थ आहे? त्या विहिरीत डुंबायला, पोहायला केवढी मज्जा येईल. आपण येत्या पौर्णिमेलाच तिथे जाऊ. मज्जा करू. तुझे वडील परत आले, की तू त्यांना दाखवून दे, की त्या मूर्ख म्हाताऱ्या शिल्पकाराच्या म्हणण्यात काहीही तथ्य नव्हतं.''

शशीशेखरही आपल्या मित्रांबरोबर वाहवत गेला. पुढचा मागचा काहीही विचार न करता पुढील पौर्णिमेच्या रात्री तो आपल्या मित्रांना घेऊन त्या विहिरीवर पोहायला गेला. तिथल्या पहारेकऱ्यांनी त्याला अडवलं. त्यावर तो त्यांना उद्दामपणे म्हणाला, ''मी इथला राजा आहे. ही सर्व जमीन माझ्या मालकीची आहे, तेव्हा मला कुणीही थांबवू शकत नाही.''

त्या पहारेकऱ्यांना दूर ढकलून तो आपल्या मित्रांबरोबर विहिरीत उतरला. ते सर्व जण पाण्यात मनसोक्त डुंबले. त्यांनी पुष्कळ मस्ती केली, पाणी प्यायलं. त्यानंतर वाटेत भेटलेल्या म्हाताऱ्या माणसांची खिल्ली उडवली आणि अखेर राजवाड्यात येऊन पोहोचले.

दुसऱ्या दिवशी शशीशेखरनं आणखी एक दवंडी पिटवली, ''ही विहीर इथून पुढे राजपुत्र व त्यांच्या मित्रांच्या जलतरणासाठी राखीव ठेवण्यात आली असून, त्यांना जेव्हा इच्छा होईल, तेव्हा ते त्या ठिकाणी जलक्रीडेसाठी जातील. लोकांना या विहिरीतून जेव्हा आणि जितकं पाणी न्यायचं असेल, तितकं नेण्याची मुभा आहे. कुणालाही कोणत्याही प्रकारचा मज्जाव असणार नाही.''

ही दवंडी पिटून झाल्यावर काही तासांतच लोकांची त्या विहिरीकडे नुसती रीघ लागली. लोक घागरी भरभरून पाणी नेऊ लागले. श्रीमंत लोक तर बैलगाड्यांमध्ये पाण्याच्या घागरी भरून नेऊ लागले. त्यानंतर केवळ दोन दिवसांत विहिरीतील पाण्याची पातळी एकदम खाली गेली. काही दिवसांत राज्यात सर्वत्र रोगराई पसरली. लोकांना पटकीची लागण झाली. तापाची साथ पसरली. हे असं कित्येक महिने चालूच होतं. पिण्याचं पाणी दूषित झाल्यामुळे हे सर्व होत आहे, हे कुणाच्याच लक्षात आलं नाही. ही साथ काही केल्या आटोक्यात येईना. लोक मृत्युमुखी पडू लागले.

शशीशेखर त्या प्रकारानं अचंबित झाला. त्यानं लोकांना मोफत औषधोपचार मिळतील अशी व्यवस्था केली. त्यासाठी पाण्यासारखा

पैसा खर्च केला. पण तरीही तो त्यांचे प्राण वाचवू शकला नाही. केवळ चार महिन्यांत राज्यातील प्रजेची संख्या रोडावत जाऊन केवळ काही हजारांवर येऊन पोहोचली. शशीशेखरच्या डोक्यावरचं मातापित्याचं छत्र हरपलं, राज्यातील पिकं जळून गेली. त्याचं सैन्यसुद्धा गेलं.

शशीशेखरला आता वेगळीच काळजी वाटू लागली. कुणी बलाढ्य राजा आपल्या सेनेसह चाल करून येऊन आपलं राज्य गिळंकृत करेल, या विचारानं तो अस्वस्थ झाला. त्याला या सर्व गोष्टींसाठी कारणीभूत ठरलेल्या त्या विहिरीचा राग येऊ लागला. त्यानं त्याच्या शिपायांना ती विहीर मातीनं बुजवून टाकण्याचा हुकूम दिला.

त्यानंतर एक वर्षाच्या आत शशीशेखरच्या शेजारील राज्यांनी त्याच्यावर आक्रमण केलं आणि तो सगळं काही गमावून बसला.''

''आजोबा, हे सगळं खरं असेल का हो?'' अनुष्का म्हणाली.

''ते मला नाही माहीत. पण माझ्या वाडवडिलांनीच ही कहाणी मला सांगितली आहे. त्याच सोमनहळ्ळीत आपण राहतो. मी लहान असताना अनेकांनी त्या विहिरीचा शोध घेण्याचा प्रयत्न केला; पण त्यात कुणालाच यश आलं नाही. कदाचित ही एक दंतकथा असेल, किंवा कदाचित हे सगळं एखाद्या वेगळ्याच ठिकाणी घडलं असेल. किंवा आपल्या गावाचं नाव सोमनहळ्ळी असल्यामुळे आपल्या पूर्वजांनी मुद्दामच ही कहाणी रचली असेल. खरं काय, देव जाणे!पण एक गोष्ट मात्र नक्की; आपल्या वडीलधाऱ्यांनी एखादी गोष्ट गांभीर्यानं सांगितली असली, तर त्यांचा अनादर कधी करू नये. त्यांचे बोल अनुभवाचे असतात आणि एक गोष्ट कधीही विसरू नको अनुष्का, आपण पाण्यासारख्या नैसर्गिक संपत्तीचा वापर फार काळजीपूर्वक केला पाहिजे.''

''हो, आजोबा. मला माहीत आहे ते. तुम्ही नेहमी अर्धाच ग्लास पाणी प्यायला घेता, हे मी पाहिलंय. त्यानंतर तुम्हाला आणखी हवं असलं, तर परत ओतून घेता; पण पाणी कधीच वाया घालवत नाही. आजी मला अंघोळ करताना बादलीत पाणी काढून देते. तेसुद्धा फक्त एकच बादली. ती मला शॉवर घेऊ देत नाही,'' अनुष्का म्हणाली.

मग तिला आठवण झाली. तिच्या घरी बंगळुरूला बाथरूममध्ये बादलीच नव्हती. तिथे फक्त शॉवरच होता, पण अनुष्काच्या आईनं तिला नियम घालून दिला होता. सात मिनिटांहून जास्त वेळ शॉवरखाली उभं राहायचं नाही. सात मिनिटांहून जास्त वेळ ती शॉवर घेत राहिली, तर त्याला थंड पाणी यायचं.

एव्हाना ट्रक्समध्ये भोपळ्याचे ढीग भरून झाले होते. ते दुरून केशरी रंगाच्या डोंगरांसारखे दिसत होते. अनुष्का आपल्या आजोबांबरोबर पुढच्या सीटवर बसली. तिच्या डॅडींच्या कारपेक्षा या ट्रकमध्ये खूप छान, गार गार वाटत होतं.

काही क्षणांतच ते जवळच्या गावच्या भाजीबाजाराकडे जायला निघाले.

वरदा नदीच्या काठी सहल

अनुष्का गेले काही दिवस गावभर सायकलवरून भटकत होती. पण आता तिला काहीतरी वेगळं करावंसं वाटू लागलं होतं. दिवसेंदिवस गरमी वाढतच होती. त्यामुळे तिला पोहायला जावंसं वाटू लागलं. तिनं आपल्या आजोबांना सांगितलं, "आजोबा, मला ना वरदा नदीत पोहायचं आहे. आता मला छान सायकल चालवता येते. मी एकटीसुद्धा जाऊ शकेन. तुम्ही सांगा ना, काय करू मी?"

"अनुष्का, अगं काहीतरीच काय? ती मोठी नदी आहे. तो काही पोहोण्याचा तलाव नव्हे. तुला पोहता येतं आणि सायकल चालवता येते हे ठीक, पण तू अजून लहान आहेस. या अशा ठिकाणी तुला कुणीच एकटं पाठवणार नाही. तू कुणा मोठ्या माणसांच्या बरोबर गेलीस, तर गोष्ट वेगळी. हे बघ, मी स्वतःच तुला नदीकाठी घेऊन जाईन. पण आपण आधी सगळा बेत व्यवस्थित आखू. आपण उद्याच तिकडे सहलीला जायचं का? आजी, सविता आणि मी आपल्या पिकअप ट्रकनं तिकडे येऊ. आम्ही बरोबर भाजीपाला आणि सामानसुमान घेऊ, म्हणजे आपल्याला नदीकाठी स्वयंपाकही करता येईल. तू आणि तुझे मित्र-मैत्रिणी सायकलवरून या. एकदा नदीकाठी पोहोचलात, की तुम्ही नदीत पोहोण्याचा मनमुराद आनंद लुटा. महादेव तुमच्यावर लक्ष ठेवेलच. मग आपण निवांत बसून जेवण करू आणि घरी येऊ."

सहलीला आपण आणि आपल्या मित्रमंडळींसोबत मोठी माणसंही येणार आहेत, ही कल्पना अनुष्काला फारशी रुचली नाही. पण नदीत पोहून आल्यावर नदीकाठी आजीनं शिजवलेलं गरम गरम रुचकर जेवण

जेवायची कल्पना मात्र तिला बेहद्द पसंत पडली. आपले आजोबा आपल्याला सहसा कधीही कशालाच नाही म्हणत नाहीत, याची तिला कल्पना होती. तेव्हा आपल्याला नदीत पोहायला ते एकटं पाठवायला तयार नाहीत, यामागेही तसंच काहीतरी कारण असणार, असं तिला वाटलं.

आजीला जेव्हा हा नदीकाठी सहलीला जाण्याचा बेत समजला, तेव्हा ती प्रचंड खूश झाली. तिनं रात्रीच स्वयंपाकाचं सामानसुमान बांधून घेण्यास सुरुवात केली. तिनं सरसू आजीलाही बरोबर येण्याचं निमंत्रण दिलं. दोघी आज्या दुसऱ्या दिवशी जेवणाचा काय बेत करायचा याची चर्चा करू लागल्या. पोळी, भाजी आणि बिशी ब्याळी हुळी अन्ना (हा भाताचा प्रकार कर्नाटकात खूप लोकप्रिय आहे) याशिवाय काहीतरी गोडधोड तर हवंच, म्हणून साखर लावलेले कोरडे गुलाबजाम न्यायचंही त्यांनी ठरवलं. सवितानं चटया, भांडी, चुलीसाठी लाकडं, एक स्टोव्ह, स्टीलच्या ताटल्या, केरसुणी आणि प्लॅस्टिकच्या पिशव्या असं सगळं सामान एकत्र केलं. उद्या सर्वांचं खाणंपिणं उरकल्यावर तिथे जमा झालेला कचरा गोळा करून सगळी साफसफाई केल्याशिवाय आजी तिथून निघू देणार नाही, हे सविताला माहीत होतं.

दुसऱ्या दिवशी आजी आणि तिचा कंपू सकाळी सातलाच पिकअप ट्रकमधून नदीच्या दिशेनं रवाना झाला. मुलं मात्र साडेसातला जमली. त्यांनी सायकलवरून नदीकडे कूच केलं. गावाबाहेर सायकल चालवण्याची अनुष्काची ही पहिलीच खेप होती. खाचखळगे असलेल्या रस्त्यांवरून सायकल चालवणं मुळीच सोपं नव्हतं. पण अनुष्का सावकाश, जपून सायकल चालवत होती. अचानक अमित खूप वेगानं पुढे गेला. मग यू टर्न घेऊन उलटा माघारी आला. त्याचे सायकलवर कसरतीचे प्रयोग चालूच होते. अचानक त्यानं दोन्ही हात सोडून जरा वेळ सायकल चालवली. नंतर उलटं पॅडल मारून दाखवलं.

सायकलवरून जाताना मध्येच मुलं एका ठिकाणी थांबली. त्या ठिकाणाहून दिसणारं दृश्य खरोखरच अवर्णनीय होतं. पिकं वाऱ्यावर डोलत होती. त्या पिकांची नावं आणि त्यांची वैशिष्ट्यं, त्यांचा हंगाम याविषयी खूप काही जाणून घ्यायची अनुष्काची इच्छा होती. ती तिथं आणखी काही काळ रेंगाळणार होती; पण मग त्यांना पोहोचायला

उशीर झाला असता आणि आजोबांना काळजी लागून राहिली असती. त्यामुळे ती लगेच निघायला तयार झाली.

सगळी मुलं जेव्हा नदीकाठी जाऊन पोहोचली, तेव्हा तिघी बायका स्वयंपाकाच्या तयारीला लागल्या होत्या. त्या ठिकाणी खूप वर्षांपूर्वी बांधलेला एक दगडी चौथरा आणि मंडप होता. त्यांनी तो साफ करून तिथं सामानाची मांडामांड केली होती. त्या उंच ठिकाणाहून तिघींना नदीचं पात्र व्यवस्थित दिसू शकत होतं. त्या तिघींचं काम कसं चालू आहे यावर आजोबा देखरेख करत उभे होते. अनुष्काला दुरून ते दिसले आणि तिला हसू फुटलं.

मुलांनी सायकली स्टँडला लावून उभ्या केल्या. सगळी मुलं नदीच्या पात्राकडे धावली. जवळ जाताच तिथल्या पाण्याला क्लोरीनचा मुळीच वास येत नसल्याचं अनुष्काला जाणवलं. आजोबांनी हात उंच करून सर्व मुलांना जागच्या जागी थांबण्याची खूण केली. मग ते स्वतः नदीच्या पात्रात उतरले. ते महादेवकडे वळून म्हणाले, “मी स्वतः चालत थोडा पुढे जातो आणि मुलांना पोहत कुठपर्यंत जाऊ द्यायचं, ते बघतो. त्यांनी या इथून पोहोण्यास सुरुवात केली तरी चालेल; पण पाण्याचा वेग जिथं फार जास्त आहे, अशा बाजूला त्यांनी जाता कामा नये.”

“आजोबा, या पाण्यात मगरी-सुसरी तर नाहीत ना?” अनुष्का म्हणाली. तिनं नुकताच एक चित्रपट पाहिला होता त्याची तिला आठवण झाली.

“नाही गं. या नदीत मगरी-सुसरी नाहीत. पण हं, थोडे मासे आहेत. मुलांनो, सगळ्यांनी जरा इकडे लक्ष द्या. या ठिकाणी पाण्यात उडी वगैरे मारण्याचं धाडस चुकूनही करायचं नाही, बरं का. कारण नदीच्या पात्रात मोठाले खडक आहेत. उड्या माराल आणि कुठेतरी जोराचा मार लागेल. तो बघा, तिकडे पाण्यात अर्धा बुडलेला केवढा मोठा खडक दिसतोय ना? पहिल्यांदा इथून निघालात, की त्या खडकापर्यंत पोहत जा. मग त्या खडकावर चढून थोडा वेळ दम खा. तुमचा थकवा गेला, की उलटं पोहून इकडे परत या. आणि समजा तुम्ही खूप दमला असाल आणि तुम्हाला असं वाटलं, की आता परत पोहून जाण्याची आपल्यात ताकद नाही, तर मला किंवा महादेवला हाक मारा. आम्ही तुम्हाला आणायला येऊ.”

हे ऐकून अमितची निराशा झाली, "म्हणजे काय? आम्ही इतकं कमी अंतर पोहायचं? मग काय फायदा? मला तर नदीच्या पात्रातून पोहत पोहत पलीकडच्या तीरावर जायचं होतं. "

पण आजोबांनी जोरजोरात मान हलवून त्याच्या या हट्टाला साफ नकार दिला.

आनंदला पोहता येत नव्हतं. तो म्हणाला, "मी नुसता पाण्यात पाय बुडवून खेळणार आहे."

मेधाला पोहता येत असलं तरी ती थोडी घाबरट होती. तिला पाण्यात नुसतं डुंबायचं होतं.

अनुष्कानं यापूर्वी उन्हाळी शिबिरांमध्ये पोहण्याचं शास्त्रशुद्ध प्रशिक्षण घेतलेलं होतं. ती प्रचंड उत्साहात होती. अचानक तिला एक शंका आली. ती आजोबांना म्हणाली, "नदीच्या पाण्याच्या प्रवाहाची दिशा कशी ओळखायची हो आजोबा?"

आजोबा हसून म्हणाले, "अगं, ते तर अगदी सोपं आहे. एक छोटंसं पान तोडून नदीच्या प्रवाहात सोड आणि त्याचं नीट निरीक्षण कर. ते नेहमी प्रवाहाबरोबरच वाहत पुढे जातं."

त्यावर अनुष्का काही बोलली नाही. तिनं आजीकडे पाहिलं आणि धावत तिच्याजवळ गेली.

ती अशी अचानक धावत आपल्याजवळ आलेली पाहून आजीला आश्चर्य वाटलं. ती भाज्या चिरत होती. अनुष्का तिच्या कानात हळूच कुजबुजली, "आजी, मला पोहायला जायच्या आधी बाथरूमला जायचंय गं."

आजी जोरात हसली.

"अगं अनुष्का, इथं कुठली आलीय बाथरूम? जा तिकडे झुडपाच्या पाठीमागे," असं म्हणून सवितापण मोठ्यांदा हसू लागली.

अनुष्काला धक्काच बसला. ती आजीकडे पाहून कुरकुरत म्हणाली, "आजी, असं कसं करू गं मी? ते काय चांगलं असतं का? मी तरी अशी झुडपामागे कधीच गेलेली नाही."

अनुष्काची अडचण आजीच्या लक्षात आली. ती हलकेच म्हणाली, "बाळा, तुझं म्हणणं खरं आहे; पण या भागात बाथरूमची सोयच नाही. तुला जर थांबणं शक्य नसेल, तर सविता म्हणते आहे, तसंच

करावं लागेल. चल, मी तुझ्यासोबत येते आणि तुझ्याकडे पाठ करून उभी राहते. म्हणजे तू कोणाला दिसू शकणार नाहीस."

"नाही गं आजी, मला नाही हे जमणार," अनुष्का म्हणाली.

"अगं, पण पोहायला गेलीस आणि दम नाही निघाला तुला, तर नदीचं स्वच्छ पाणी खराब होईल ना? मग त्यापेक्षा झाडाझुडपांमध्ये गेलेलं काय वाईट?"

असं म्हणून ती अनुष्काचा हात धरून तिला झाडापाठीमागे घेऊन गेली.

तो कार्यक्रम उरकल्यावर अनुष्का परत नदीच्या पात्राकडे हळूहळू चालत गेली. तिनं अंगातल्या कपड्यांच्या खाली पोहण्याचा पोशाख चढवला होता. त्यामुळे जवळ गेल्यावर तिनं पटकन अंगातला टीशर्ट आणि जीन्स काढून लगेच पाण्यात पाय टाकला. पाणी खूपच गार होतं; पण काही मिनिटांतच तिला त्याची सवय झाली. मग मात्र तिला खूप मजा येऊ लागली. बंदिस्त तलावात पोहण्यापेक्षा इथं असं मोकळ्यावर नदीच्या पात्रात पोहणं खरोखरच रोमहर्षक होतं. बंगळुरूला जलतरण तलावात पोहताना इतकी गर्दी असायची की, पोहायला पुरेशी जागासुद्धा मिळायची नाही. उन्हाळ्याच्या सुट्टीत तर तिथं इतकी दाटी असायची की, एकाचा दुसऱ्याला धक्कासुद्धा लागायचा. अनुष्का जरा वेळ मनासारखं पोहली. त्यानंतर ती त्या नदीच्या पात्रातून वर आलेल्या खडकावर चढून बसली. त्यानंतर पुन्हा थोडा वेळ पोहली. मग जरा वेळ तिनं आपल्या मित्रमंडळींबरोबर पाण्यात नुसतं डुंबण्याचा मनमुराद आनंद लुटला.

'मला हे असं रोज रोज करायला मिळालं असतं, तर किती बरं झालं असतं!' तिच्या मनात आलं. अखेर बऱ्याच वेळानंतर तिला थकवा जाणवला.

एव्हाना दुपारच्या जेवणाची वेळ झाली होती. "मुलांनो, आता पाण्यात खेळणं पुरे झालं. चला, सगळ्यांनी बाहेर या पाहू. जेवण तयार आहे."

आता खरंतर सगळ्यांनाच भूक लागली असल्यानं, सगळे झटपट पाण्याबाहेर पडले. आजीनं सर्वांना अंग कोरडं करण्यासाठी टॉवेल्स दिले.

केस पुसता पुसता अनुष्का आजीला म्हणाली, "ही नदी कुठून येते गं? आणि इथून पुढे कुठे जाते?"

"अगं, प्रत्येक नदीचं एक उगमस्थान असतं. गंगा नदीचं उगमस्थान आहे गंगोत्री. तशीच यमुना नदी यम्नोत्रीपासून उगम पावते. तशीच ही वरदा नदी कर्नाटकमधील सागर जिल्ह्यातील एका बारमाही पाण्याच्या स्रोतामधून उगम पावते. छोट्या नद्या जाऊन मोठ्या नद्यांना मिळतात आणि मोठ्या नद्या पुढे जाऊन समुद्राला मिळतात."

"आजोबा, नदीचं पात्र सगळीकडे हे एवढं मोठं असतंच का हो?" अमितनं आजोबांना विचारलं.

"नाही. या वरदा नदीचं पात्रसुद्धा उन्हाळ्यात लहान होतं. पण याउलट पावसाळ्यात वरदा नदीला इतका फुगवटा येतो, की तिचं पात्र आत्ता दिसतं आहे त्याच्या तीन पटींनी वाढतं. पण अर्थात त्या वेळी पाणी इतकं स्वच्छ राहत नाही. प्रवाह खूप वेगवान असतो आणि पाण्याबरोबर बराच चिखल वाहत येतो. त्या वेळी मात्र इथं कुणी पोहोत नाही."

"तुम्ही वरदा नदीचा उल्लेख 'ती' असा करताय?"

"अरे, नदी ही एखाद्या स्त्रीसारखी, एखाद्या गृहिणीसारखी असते. ती सतत फक्त देतच असते. स्त्रियाही अशाच असतात. प्रेमळ, दयाळू, त्या स्वतःचं उभं आयुष्य त्यांच्या कुटुंबासाठी वेचतात- तुझी आजी, तुझी आई... या सगळ्याही तेच करतात," आजोबा म्हणाले.

त्यांचं ते बोलणं ऐकून आजीला खुदकन हसू फुटलं.

त्यानंतर त्या सर्वांनी त्या दगडी चौथऱ्यावर बसून रुचकर जेवणाचा आस्वाद घेतला. सगळी मुलं इतकी भुकेजलेली होती की, ती आज नेहमीच्या चौपट जेवली.

इतकं तुडुंब जेवण झाल्यावर अमित, मेधा, आनंद आणि अनुष्का या सर्वांनाच झोप आली. त्यांचे पेंगुळलेले डोळे पाहून आजी म्हणाली, "अरे महादेव, या मुलांना झोपायला चटया अंथर पाहू. त्यांची झोप झाली की आपण घरी जाऊ. सूर्यास्ताच्या आत घरी पोहोचायला हवं ना."

काही तासांनंतर मोठी माणसं पिकअप ट्रकमध्ये बसून घरी गेली आणि मुलं सायकलीनं आपापल्या घरी गेली.

त्या रात्री घरी जेवायला फक्त आजोबा, आजी आणि अनुष्का असे तिघंच होते. आजी म्हणाली, "गौरी गावाला गेली आहे. शंकर मास्तर आणि आनंद दोघंच आहेत. मास्तरांनाच घरी स्वयंपाक करावा लागणार. आपण त्यांना आज आपल्याकडे जेवायला बोलावू."

आजोबांना ती कल्पना पसंत पडली. त्यांना शंकर मास्तरांशी गप्पागोष्टी करणं नेहमीच आवडायचं. त्यामुळे ते अनेकदा मास्तरांना घरी जेवायला बोलावून घेत. "हो, हो, चालेल ना. आपण त्यांना जेवायला बोलावू," आजोबा म्हणाले, "शंकर मास्तरांकडून कितीतरी नवनवीन गोष्टी शिकायला मिळतात. गावात असं आणखी कुणीच नाही. त्यांनी खूप प्रवास केलाय. त्यांचं वाचनही अफाट आहे. ते रोज इंटरनेट उघडून काय काय वाचत असतात. मी आता म्हातारा झालोय. त्यामुळे मला या अशा बहुश्रुत लोकांकडून ज्ञान मिळवणं बरं वाटतं. त्यामुळे मलाच तरुण झाल्यासारखं वाटतं."

जेवायला साधारण तासभर राहिला असताना शंकर मास्तर आले. सुरुवातीला गावच्या शाळेत काय काय बदल घडवून आणणं गरजेचं आहे, यावर चर्चा झाली. अचानक आजोबांना आठवण झाली, "शंकर, अनुष्का मला सोमनायक राजा, सोमनहळ्ळी आणि पायऱ्यांची विहीर या सगळ्या मागची कथा काय आहे, हे विचारत होती. मला जे काही माहीत आहे ते मी तिला सांगितलंच आहे; पण तुमचा इतिहासाचा अभ्यास मोठा आहे. त्या सोमनहळ्ळीच्या पायऱ्यांच्या विहिरीबद्दल तुम्ही मला काही सांगू शकाल का?"

शंकर मास्तर संकोचानं हसून म्हणाले, "सर, तुम्हाला वाटतं तसं काही नाहीये. पण मला वाचनाची फार आवड आहे, ही गोष्ट मात्र खरी आहे. मी इतिहासाचा पदव्युत्तर अभ्यास जेव्हा करत होतो, तेव्हा माझ्या प्राध्यापकांशी अनेकदा माझी विविध विषयांवर चर्चा व्हायची. मी अजूनही त्यांच्या संपर्कात आहे. काही दिवसांपूर्वी आम्ही 'स्काइप'वर चॅटिंग करत असताना नेमका हाच विषय निघाला, तेव्हा त्यांनी मला जे काही सांगितलं, त्यानं तर माझे डोळे खाडकन उघडले."

"असं काय सांगितलं त्यांनी?" आजोबा उत्सुकतेनं म्हणाले.

आजी ते सगळं संभाषण स्वयंपाकघरातून ऐकत होती. शंकर मास्तर काय सांगतात ते ऐकायला तीपण लगबगीनं बाहेर आली.

आजीला कॉलेजचं शिक्षण घेण्याची संधी मिळाली नाही, पण तिची जिज्ञासू वृत्ती प्रचंड होती. ज्ञानसंपादन करण्याची जिद्द तिच्या अंगी होती.

शंकर मास्तर सांगू लागले : ''ते म्हणाले, वरदा आणि तुंगभद्रा या नद्यांच्या खोऱ्यामधल्या भागात अनेक छोटी छोटी राज्यं होती. त्यावर अनेक राजे राज्य करत होते. या लहान राज्यांच्या राजांना 'पलेयगररस' असं म्हणत. ती सर्वच राज्यं एका सार्वभौम राजाला अंकित होती. त्या राज्यांच्या दैनंदिन कामकाजात या प्रत्येक राजाला स्वतःच्या मनाप्रमाणे वागण्याचं, निर्णय घेण्याचं स्वातंत्र्य होतं; परंतु त्यांना त्या सार्वभौम राजाला कर द्यावा लागत होता. त्या सार्वभौम राजाला कधीही युद्धावर जावं लागलं, तर या सर्व मांडलिक राज्यांना त्यासाठी आपापलं सैन्य पाठवावं लागत होतं. माझ्या प्राध्यापकांच्या मते, सोमनायक हाही असाच एक मांडलिक राजा होता. इतिहासकारांना हजारो वर्षांपूर्वीचे शिलालेख सापडले आहेत. त्यावरील मजकुरामध्ये असं आढळलं, की राजा सोमनायक यानं त्याच्या राजधानीचं बरंच वर्णन केलेलं होतं. तेथील मंदिरं, जलाशय, आमराया आणि इतर स्थळांविषयी लिहिलेलं होतं.''

''ते पुरातन लेख आपण आज वाचू शकतो का? ते आपण वापरतो तशाच कन्नड भाषेत लिहिलेले आहेत का?'' आजोबांनी विचारलं.

''नाही, त्यातील लिपी आणि त्यात वापरण्यात आलेली भाषा हे दोन्ही खूपच वेगळं आहे. ते फक्त तज्ज्ञ व्यक्तींनाच समजू शकतं.''

''त्यात काय लिहिलं आहे?'' आजी म्हणाली.

''त्यात असं म्हटलंय, की सोमनायक हा मरनायक राजाचा मुलगा. तो आपल्या वडिलांप्रमाणेच एक महान योद्धा होता. तो साहसी, दयाळू, धैर्यशील आणि अत्यंत दानशूर होता. त्याची राजधानी वरदा आणि तुंगभद्रेच्या खोऱ्यांच्या मधोमध वसलेली होती. त्या राजधानीच्या बाहेर एक घनदाट अरण्य होतं. त्यात खूप हिंस्र श्वापदं राहत होती. सोमनायक स्वतः त्या श्वापदांपासून त्याच्या प्रजेचं रक्षण करत असे, त्यांच्या गाईगुरांचं रक्षण करत असे. तो अतिशय धार्मिक प्रवृत्तीचा होता. त्यानं शिवमहादेवाची, विष्णूची आणि वीरभद्राची अनेक मंदिरं बांधली. त्यानं उच्च शिक्षणासाठी एक विद्यापीठ स्थापन केलं. तिथं

अध्यापनाचं काम करणाऱ्या अध्यापकांना त्यानं जमिनी दिल्या, त्यांची सर्वतोपरी काळजी घेतली. असंही म्हणतात, की शेतकऱ्यांच्या पिकांना व्यवस्थित पाणीपुरवठा करण्यासाठी त्यानं खूप मोठा जलाशय बांधला आणि त्याच्या प्रजाजनांसाठी त्यानं पिण्याच्या पाण्याचीसुद्धा व्यवस्था केली.''

''त्यात पायऱ्या असलेल्या विहिरीसंबंधी काही उल्लेख आहे का?'' अनुष्कानं अधीरतेनं विचारलं.

''एका लेखात असं म्हटलंय, की त्यानं आपल्या राज्यात पायऱ्या असलेल्या अनेक विहिरी बांधल्या. त्यातील एक त्यानं सोमनहळ्ळी इथं बांधली. ती फार अप्रतिम होती. त्या लेखात त्या सोमनहळ्ळीच्या विहिरीचं वर्णन केलेलं आहे. त्या विहिरीमध्ये एक जलाशय व त्याभोवती सात नितांत सुंदर शिवालयं असल्याचंही म्हटलं आहे. असा शिलालेख सोमनहळ्ळीपासून पन्नास किलोमीटर दूर एका ठिकाणी सापडला. त्यामुळे ती पायऱ्या-पायऱ्यांची विहीर खरंच आपल्या सोमनहळ्ळीत होती, की याच नावाचं आणखी एखादं गाव या भागात दुसरीकडे कुठे होतं, हे कळायला मार्ग नाही. पण आमच्या माहितीप्रमाणे तरी इथं आपल्या गावात अशी कुठलीही पायऱ्यांची विहीर नाही. या भागात अनेकदा अनेक ठिकाणी उत्खननं झाली; पण कुठंही त्याचा मागमूससुद्धा सापडला नाही.''

ते ऐकून अनुष्काच्या चेहऱ्यावर निराशा पसरली.

आजीनं तिच्या डोक्यावरून हात फिरवला, ''हे बघ, इकडे ये, मी तुझा आवडता खाऊ बनवला आहे. तुझे आवडते लाडू केले आहेत.''

ते पाहून अनुष्काचा चेहरा उजळला.

''आजी, मी तीन लाडू खाऊ?'' ती आजीच्या मागोमाग स्वयंपाकघरात जाऊन आजीकडे लाडीगोडी लावू लागली.

गाय आणि तिचं वासरू

दुसऱ्या दिवशी सकाळी दहा वाजता आजी गाईच्या गोठ्यात शिरली. ती तशीच लगबगीनं बाहेर येऊन म्हणाली, "अगं सविता, मला वाटतं, आज आपली कामधेनू विणार बहुतेक."

अनुष्का जवळच उभी होती. आजीचं बोलणं ऐकताच ती म्हणाली, "पण आजी, हे तुला कसं कळलं गं?"

"अगं बाळा, आज किती वर्षांचा अनुभव माझ्या पाठीशी आहे. इथल्या सगळ्या गाईगुरांची देखभाल मीच तर करते. आज सकाळी कामधेनू नेहमीसारखं नीट पाणी प्यायली नाही. तिला व्यवस्थित बसता येत नाहीये आणि तिचं पोट आता खूपच वाढलं आहे. आता लवकरच ती विणार आहे, असं ती जणू काही मला सांगायचा प्रयत्न करते आहे. मी आता उद्या आणि परवा कुठंही जाणार नाही. कामधेनूला माझी गरज आहे. बेटा, तू माझं एक काम करशील? जरा सरसू आजीला आणि माझ्या देवळातल्या मैत्रिणींना सांग, कामधेनूचा पाडा जन्माला येईपर्यंत मी काही देवळात जाऊ शकणार नाही."

"हो आजी. मी पाच मिनिटांत जातेच."

मग आजीनं मागे वळून सरिताला भरपूर सूचना दिल्या. "भरपूर तांदूळ भिजत घाल. नारळ खरवडून त्यात गूळ मिसळून ठेव. मी बागेतून थोड्या वनौषधी घेऊन येते. तू ते सगळं एकत्र वाटून ठेव. मग आपण ते कामधेनूला खायला देऊ."

"पण आजी, तू हे सगळं कामधेनूला का खायला घालणार आहेस?"

“त्यामुळे तिचं बाळंतपण सोपं होईल.”

“आजी, अगं तिला आता पाडा होणार आहे. तर आपण तिला लगेच गुरांच्या दवाखान्यात न्यायला हवं. तू घरी कशी तिची नीट काळजी घेणार?”

“अनुष्का,” आजीनं तिला शांतपणे समजावून सांगितलं, “आपल्या गावात गुरांचे डॉक्टर आठवड्यातून फक्त एकदाच येतात. म्हणून तर मी तैयव्वाला बोलावणं धाडलंय ना. ती प्रशिक्षित सुईण आहे. अनुभवी आहे. त्यामुळे अशा प्रसंगी गुरांच्या डॉक्टरचं काम तीच करेल.”

तेवढ्यात आजोबा तिकडून कुठंतरी निघाले होते. आजीनं त्यांना हाक मारली, “हे बघा, आज कामधेनूला इतर गुरांसोबत कुरणात चरायला पाठवू नका. गायरानातून तिच्यासाठी ताजं गवत मागवून घ्या. शिवाय आज माणसं लावून गोठाही साफ करून ठेवायला हवा. ती आता लवकरच विणार आहे. शिवाय मोठ्या पिंपात पाणीही भरून ठेवावं लागेल. पाडा जन्माला आल्यावर साफसफाई करावी लागेल ना.”

आजोबांनी मान डोलावली.

मधल्या काळात आजीनं नुसती पोळी-भाजी करून ठेवली. जेवायला फारसं काही नव्हतं. आजीचं सगळं लक्ष आज कामधेनूकडेच होतं.

अनुष्काला गाईच्या वासराचा जन्म होताना बघायचं होतं. ती पळत जाऊन आजीचा निरोप तिच्या मैत्रिणींना सांगून आली. मग ती आजीला म्हणाली, “आजी, तैयव्वा कामधेनूचं बाळंतपण करेल तेव्हा तिथें मी थांबू? मी पण तुम्हाला मदत करीन.”

“नाही अनुष्का, या वेळी नाही मी तुला तिथं येऊ देणार. तू अजून खूप लहान आहेस. आणि भोवताली गर्दी झालेली कामधेनूला आवडणार नाही. तिला तैयव्वाची आणि माझी सवय आहे. तू आजोबांबरोबर बाहेर बस. पाडा जन्माला आला ना, की मी लगेच तुला बोलावून घेईन हं.”

“बरं आजी. चालेल,” अनुष्का म्हणाली. आपली आजी आत्ता खूप काळजी करत आहे, हे तिला जाणवलं होतं. तिचं लक्ष दुसऱ्या विषयाकडे वळवण्यासाठी अनुष्का मुद्दाम म्हणाली, “तू या तीन गाईंची नावं कशावरून ठेवलीस गं?”

"अगं, सगळ्यात मोठी गंगा. आपल्या भारतातील पवित्र नदी गंगा आहे ना, त्यावरून हे नाव ठेवलं आहे. गंगा नदी नसती, तर आज आपला भारतदेशसुद्धा नसता. आपले जुने वेद, वाङ्मय आणि आपली प्राचीन संस्कृती, या सगळ्यांचा उदय गंगेच्या काठीच झाला. आता आपली गंगा गाय म्हातारी झाली आहे. ती आता दूध देत नाही. पण शेवटपर्यंत आपणच तिचा सांभाळ करायचा. कारण हेच तिचं घर आहे. कामधेनू आणि बसंती या दोघी तिच्याच पोटी जन्माला आल्या."

"पण मग कामधेनूचं नाव तू कशावरून ठेवलंस?" अनुष्का अधीरतेनं म्हणाली.

आजीला हसू फुटलं. "कामधेनू ही पवित्र गाय असते. तिचा मालक तिच्याकडे जे काही मागेल, ते ती त्याला पुरवते. ही माझी गायही माझ्यासाठी अशीच आहे. ती कुटुंबासाठी भरपूर दूध देते, त्यापासून आपल्याला मुबलक दही, लोणी, तूप, पनीर आणि ताक मिळतं."

"आणि मग बसंती हे नाव कशामुळे सुचलं गं तुला?"

त्यावर आजी अगदी मनापासून हसली, "खरं सांगू? आजवर गाईचं नाव कुणीही बसंती ठेवलेलं नसेल. तीस वर्षांपूर्वी तुझ्या आजोबांनी एक सिनेमा पाहिला. त्याचं नाव 'शोले'. त्याची जी नायिका होती ना, तिचं नाव बसंती. तेव्हापासून तुझ्या आजोबांना ते नाव फारच आवडलंय बरं का. जेव्हा तू जन्मलीस तेव्हाही आजोबांच्या मनात तुझं नाव बसंती ठेवायचं होतं; पण तुझ्या आई-वडिलांनी अनुष्का ठेवायचं ठरवलं. त्यामुळे मग तिसऱ्या गाईचं नाव आम्ही बसंती ठेवलं."

त्यावर अनुष्का जोरात खिदळली.

"आमच्याकडे दोन बैलसुद्धा आहेत. राम आणि लक्ष्मण. आम्ही त्यांना बाजारातून खरेदी करून घरी आणलं, तेव्हा ते खूप लहान होते."

दुपारच्या जेवणानंतर आजोबा वामकुक्षी घ्यायला गेले आणि आजी पुन्हा कामधेनूकडे बघायला गोठ्यात गेली. अनुष्का ओसरीवर बसून एक पुस्तक वाचू लागली. मधूनच कधीतरी ती डिक्शनरी उघडून एखाद्या शब्दाचा अर्थ बघे. इतक्यात एक जुनाट सुती हिरव्या रंगाची साडी नेसलेली, डोक्यावरून पदर घेतलेली बाई आली. तैयव्वा! तिला पाहताच आजीचा चेहरा उजळला. ती म्हणाली, "तैयव्वा ये. काही

नाश्तापाणी करून आली आहेस की नाही? नसेल तर आधी खाऊन घे. आज कामधेनूसाठी हा महत्त्वाचा दिवस असणार आहे."

तैयव्वा हसली. तिचे दात पान खाऊन रंगलेले होते. "अम्मा, माझं जेवण झालंय. ही कामधेनूची तिसरी खेप आहे. त्यामुळे तिला तसा अनुभव आहेच. फक्त तिच्या वेदना आपण कशा कमी करू शकतो, हे बघायचं. मी आता जरा तिच्याकडे जाऊन बघते."

तैयव्वा आजीबरोबर गोठ्यात गेली. गोठ्याचं दार उघडं होतं. त्यामुळे अनुष्काला त्यांचं बोलणं ऐकू येत होतं. त्यामुळे ती धावत धावत गोठ्यापाशी गेली. तिला पाहताच आजीनं घाईनं गोठ्याचं दार बंद करून घेतलं; पण बंद दाराआड त्यांची चाललेली कुजबूज अनुष्काला ऐकू येत होती. "आणखी काही तास जातील. पण त्याहून जास्त वेळ नाही लागणार. आजी, तिला जरा थोपटा आणि शांत करा. त्यानंतर आपण बाहेर थांबू आणि जरा जरा वेळानं येऊन बघू."

त्यानंतर पंधरा मिनिटांनी आजी आणि तैयव्वा बाहेर आल्या.

"आजी, तू त्या कामधेनूला थोपटत का होतीस गं?" अनुष्कानं विचारलं.

"अनुष्का, प्राणीसुद्धा काही बाबतीत माणसांसारखेच असतात. त्यांना जेव्हा खूप वेदना होत असतात ना, तेव्हा त्यांना कुणी जर मायेनं थोपटलं, तर त्यांनासुद्धा बरं वाटतं. तुला जेव्हा बरं नसतं, तेव्हा तू नाही का तुझ्या आईकडून थोपटून घेत? तसंच. त्यांना काही आपल्यासारखं बोलता येत नाही; पण त्यांच्या भावना आपल्यासारख्याच असतात."

"अम्मा, मला जरा पानसुपारी असली तर द्या ना! मला पान खायला खूप आवडतं," तैयव्वा म्हणाली.

"हो देईन, पण गोठ्यात थुंकायचं नाही. मागच्या बाजूला सिंक आहे, तिथे जाऊन थुंकायचं," आजी तिला प्रेमानं पण ठामपणे म्हणाली.

"अम्मा, पानवेल आणि पोफळीचं झाड गावात फक्त तुमच्याकडेच आहे. म्हणून मी नेहमी तुमच्याकडे पानसुपारी मागते," तैयव्वा म्हणाली.

आजी नेहमी अत्यंत स्वच्छ आणि नीटनेटकी असायची. ती मोतिया रंगाच्या स्टार्च केलेल्या परीटघडीच्या साड्या नेसायची. ती केस

व्यवस्थित विंचरून त्यांचा आंबाडा घालायची. त्यात एक फूल नेहमी खोचलेलं असायचं. ती अंगावर फारसे दागिने घालत नसे; पण ती अगदी मनमोकळं हसायची. तिचं घरही नेहमी आवरलेलं, नीटनेटकं असायचं. तिच्या घरी बाहेरचे चपला-बूट घालून हिंडण्यास बंदी होती. स्वच्छतेच्या बाबतीत आजी फार काटेकोर होती आणि तिचे त्या बाबतीतले नियम सर्वांनाच बंधनकारक होते, याची अनुष्काला कल्पना होती.

आजी आणि तैयव्वा गोठ्याबाहेर एका बाकावर बसल्या. त्यानंतर बरेच तास गेले. त्या दोघी विविध विषयांवर गप्पा मारत होत्या आणि अधूनमधून कामधेनूला बघून येत होत्या.

अचानक कामधेनूनं मोठ्यांदा हंबरडा फोडला. आजी आणि तैयव्वा घाईघाईनं गोठ्यात शिरल्या. खरंतर बांबूनं बांधलेल्या त्या गोठ्याला पुष्कळ फटी होत्या. त्यातून डोकावून आत काय चाललंय, हे पाहण्याचा अनुष्काला खूप मोह झाला. पण मग तिला आजीचं बोलणं आठवलं. ती शहाण्या मुलीसारखी बाहेर बाकावर बसून राहिली.

जरा वेळात आजीची हाक ऐकू आली, "अनुष्का, कामधेनूला मुलगी झाली आहे. मी तिला बाहेर घेऊन येते."

आजी एक पांढरं वासरू घेऊन बाहेर आली. त्याचे डोळे अर्धवट मिटलेले होते. अनुष्काच्या कल्पनेपेक्षा ते आकारानं बरंच मोठं होतं. त्या वासराच्या अंगावरून हात फिरवण्यासाठी ती पुढे आली; पण आजी तिला थांबवून म्हणाली, "असं करू नको. आधी तिची आई तिला चाटून स्वच्छ करेल. तिच्यावर माया करेल. तू तिकडे जाऊन हात-पाय धुऊन ये बघू."

मग आजीनं जे सांगितलं होतं ते करण्यासाठी अनुष्का पळत बाहेर गेली. ती जेव्हा परत आली, तेव्हा तैयव्वा एका केरसुणीनं गोठा स्वच्छ झाडत होती. अनुष्का घाईनं आत शिरून कामधेनूच्या जवळ गेली. ती आपल्या बाळाला प्रेमानं चाटत होती. बाळही आईच्या मानेचे बारीक बारीक चावे घेत होतं. अनुष्काला तर ते वासरू किंचित हसत असल्याचा भास झाला!

वरदा टेकडी

सोमनहळ्ळीपासून वरदा नदीच्या काठापर्यंत जो रस्ता होता, त्या रस्त्यातच अर्ध्या वाटेवरती एक छोटी टेकडी होती. तिचं नाव 'वरदा'. नदीकाठी सहलीला निघाल्यानंतर अनुष्कानं वाटेत ही टेकडी पाहिली होती. तिला आणखीही एक गोष्ट माहीत झाली होती. रोज सकाळी दोन गुराखी गावातील सर्वांच्या घरून त्यांची गाईगुरं घेऊन गावाबाहेर असलेल्या कुरणात चरायला नेत असत. त्या वेळी ते त्या गुरांना चरण्यासाठी वरदा टेकडीवरसुद्धा घेऊन जात. तिथे एक विस्तीर्ण चराऊ कुरण होतं. गुरं तिथे दिवसभर चरत. गुराखी आपापली शिदोरी बांधून घेऊन जात आणि दुपारी तिथंच झाडाखाली बसून जेवत. ते त्या गुरांना घेऊन संध्याकाळी परत येत. गावात एकेकाच्या घरी जाऊन ज्याची त्याची गुरं त्यांच्या त्यांच्या गोठ्यात सोडून मगच आपल्या घरी जात.

आजीकडच्या गोठ्यातील सर्व गुरांना एकतर सकाळी, नाहीतर संध्याकाळी सामुदायिकरीत्या धुऊन काढण्याचा कार्यक्रम असे. प्रत्येक गुराच्या गळ्यात वेगळ्या रंगाची घंटा होती. गुरं सकाळी चरायला बाहेर पडली की गोठा स्वच्छ धुऊन साफ करण्यात येत असे. गोठ्याला सिमेंट काँक्रीटची फरशी होती. ती वारंवार धुऊन स्वच्छ ठेवण्याचा आजीचा शिरस्ता असल्यामुळे तिथं कधीही माश्या अथवा दुर्गंधी नसे. गुरांना पाणी पिण्यासाठी जो कॅनॉल होता, त्यातील पाणीसुद्धा वरचेवर बदलण्यात येत असे.

गोठ्याला लागून एक गोदाम होतं, त्यात वाळलेलं गवत साठवण्यात

येई. प्रत्येक गाईला चारा खाण्यासाठी सिमेंटचं घमेल्यासारखं भांडं होतं. रोज सकाळी आणि संध्याकाळी असं दोन वेळा त्यांना चारा देण्यात येई.

काही दिवसांनंतर अनुष्का सकाळी लवकर उठली. तिला आपल्या मित्रमंडळींबरोबर टेकडीवर फिरायला जावंसं वाटत होतं. तिनं आजी-आजोबांना हा बेत सांगितला.

आजोबा म्हणाले, "जरूर जा. पण जाताना महादेवला सोबत म्हणून घेऊन जा. तो तिथं तुम्हाला व्यवस्थित नेईल. असं करा, दुपारी जा आणि तिन्हीसांजेच्या आत परत या."

आजीनं महादेवला हाक मारून त्याच्यापाशी एक तांदळानं भरलेली पिशवी आणि दुसऱ्या थैलीत साखर दिली. "जाताना हे घेऊन जा आणि मुंग्यांना आणि खारींना खाऊ घाला," ती म्हणाली.

'या खारी आणि मुंग्यांना आजीनं कशाला खायला घालायला हवं?' असं अनुष्काच्या मनात आलं. तिनं आपली पाठीला लावण्याची बॅकपॅक मोठ्या उत्साहानं भरली. दुपारच्या जेवणानंतर अनुष्काची व महादेवची पाठवणी करून आजी-आजोबा झोपायला गेले.

सगळ्यांनी शाळेच्या मैदानावर जमायचं आणि तिथून पुढे टेकडीवर जायचं, असं ठरलं होतं. तिथं एकत्र भेटल्यावर सगळे पुढे निघाले.

दुपारचं ऊन चांगलंच तापलं होतं; पण मेधाला त्याचं फारसं काही वाटत नव्हतं. तिला त्याची सवय होती. अमितला तर दिल्लीच्या मानानं इथं बऱ्यापैकी गारच वाटत होतं. आनंद आणि महादेव यांना या उन्हाची फिकीर नव्हती; पण अनुष्कानं मात्र उन्हापासून डोकं सांभाळण्यासाठी आपल्या बॅगेतून हॅट काढून घेतली.

हमरस्त्याला लागल्यानंतर जरा वेळातच ते सर्व जण टेकडीच्या वळणावर वळले. या रस्त्यावर पुढे गेल्यावर कडेला पुष्कळ झाडंझुडपं होती.

महादेवला तिथं मुंग्यांची रांग दिसली. त्यांचं जवळच एक वारुळ होतं. महादेवनं आजीनं दिलेल्या थैलीतून मूठभर साखर काढून त्या मुंग्यांच्या वाटेत पसरून ठेवली. तो मुलांना म्हणाला, "वाटेत कुठे मुंग्या दिसतात का, ते पाहा. कुठं दिसल्या, तर मला सांगा. मी तुम्हा सर्वांना मूठ मूठ साखर देईन. मग तुम्ही पण ती मुंग्यांना घालू शकाल."

"पण महादेव, असं का करायचं?"

"ही कल्पना आजीचीच आहे. पुढे गेल्यावर जरा मोठाली झाडं लागली ना, की मी प्रत्येक झाडाच्या बुंध्यापाशी मूठ मूठ तांदूळ ठेवून देईन. आजी म्हणते, त्यांचं आत्ताचं राहतं घर जेव्हा बांधायला काढलं ना, तेव्हा कितीतरी मुंग्या आणि खारी त्यामुळे बेघर झाल्या. तेव्हापासून नेहमीच ती मुंग्यांना साखर खाऊ घालते, त्याचप्रमाणे खारी आणि पक्ष्यांनाही खाऊ घालते. मला वाटतं, आजी फारच कनवाळू स्वभावाची आहे."

अनुष्काला ते ऐकून मोठी गंमत वाटली; पण तिला आपल्या आजीचे विचार पटले. वाटेत इतके प्राणी भेटले, की बरोबर आणलेले तांदूळ आणि साखर केव्हाच संपून गेली.

अचानक अनुष्काला एक छोटासा, पांढरा, मांजरासारखा प्राणी इकडून तिकडे पळत जाताना दिसला. तो क्षणार्धात दिसेनासासुद्धा झाला, "ते काय होतं?" ती म्हणाली.

"तो पांढऱ्या रंगाचा ससा होता. वर्षाच्या या काळात ते खूप मोठ्या संख्येनं इकडे आढळतात. ते फार भित्रे असतात आणि इतके वेगात धावतात, की हातात सापडत नाहीत."

"अरेरे, मग आपण थोडे तांदूळ त्यांच्यासाठी राखून ठेवायला हवे होते," अमित म्हणाला.

मुलं जशी पुढे चालत निघाली तसा त्यांना जमिनीवर काहीतरी पिवळ्या रंगाचा पदार्थ दिसला. अनुष्कानं एक कामटी उचलून त्या पदार्थात घातली. तो पदार्थ मेणासारखाच वाटत होता. "हे काय आहे?" ती म्हणाली.

"हा मधमाश्यांच्या पोळ्यातला मेणासारखा चिकट पदार्थ सांडला आहे. अनुष्का, जरा सांभाळून हं. मधमाश्यांचा डंख फार वाईट असतो."

"पण मला कशाला डंख मारतील त्या?" ती निरागसपणे म्हणाली.

"हे बघ, तुला जर कुणी विनाकारण त्रास दिला किंवा तुझ्या घरावर दगड फेकून मारले, तर तू चिडशील. हो ना? त्याचप्रमाणे त्यांचं पोळं जर कुणी उद्ध्वस्त करायचा प्रयत्न केला, तर ते त्यांना आवडत नाही," महादेव म्हणाला.

“अनुष्का, तू जर अशी क्षणाक्षणाला रस्त्यात थांबायला लागलीस, तर आपण वरदा टेकडीवर पोहोचणार कधी? चला, सर्वांनी झटपट पावलं उचला.”

अनुष्कानं मान हलवली. सगळे भराभरा चालू लागले. काही क्षणांतच त्यांच्या लक्षात आलं की, वनस्पतिजीवन अगदी विरळ होत चाललं होतं. जरा पुढे गेल्यावर तर वाटेत एकसुद्धा झाड नव्हतं. एक सपाट मैदान होतं व त्यावर उंच उंच गवत उगवलेलं होतं. ते गवत जवळपास अनुष्काच्या उंचीचं होतं. त्या जमिनीच्या मधोमध एक छोटा जलाशय होता. तिथं जाण्यासाठी एक पायवाट होती. मुलं लगेच त्या वाटेवरून चालू लागली. त्या उंच वाढलेल्या गवतातून वाट काढत चालणाऱ्या मुलांकडे जर कुणी दुरून पाहिलं असतं, तर झपाझप चालताना वरखाली होणारी त्यांची डोकीच तेवढी त्यांच्या दृष्टीस पडली असती.

काही वेळानंतर मुलांना एक लहानशी टेकडी लागली. तिच्या माथ्यावर कडुनिंबाचं भलंमोठं झाड होतं. टेकडीवर चढायला छोट्या छोट्या पायऱ्या होत्या. मुलं पायऱ्या चढून वर जाऊन पोहोचली. तिथून त्यांना त्यांचं गाव, वरदा नदी असं सगळं दिसत होतं. उन्हात नदीचं पाणी चांदीसारखं चमकत होतं. कडुनिंबाच्या झाडाच्या सावलीत मात्र थंडगार वाटत होतं. झाडाखाली मोठाले चपटे दगड होते. त्यावर ती मुलं बसली.

“याला वरदा हिल का म्हणतात? खरंतर याचं नाव ‘वन ट्री हिल’ असंच ठेवायला हवं होतं,” अनुष्का म्हणाली.

“या टेकडीला हे नाव का पडलं, याच्या पाठीमागे एक गोष्ट आहे,” मेधा म्हणाली. “सत्तर वर्षांपूर्वी इथे वरद नावाचा एक मुलगा राहत होता. तो एका श्रीमंत शेतकऱ्याचा मुलगा होता. त्याला वाचनाची प्रचंड आवड होती. तो धारवाडच्या कॉलेजमध्ये शिकत होता. त्या काळी भारतावर ब्रिटिशांचं राज्य होतं. त्या वेळी गांधीजींनी देशातील तरुणांना ‘भारत छोडो’ आंदोलनात सहभागी होण्याचं आवाहन केलं. त्या वरद नावाच्या मुलाचीसुद्धा त्या आंदोलनात सहभागी होण्याची तीव्र इच्छा होती, पण त्याच्या आईवडिलांनी त्या कल्पनेला कडाडून विरोध केला. त्यानं त्यांच्याशी खूप वाद घातला. अखेर आई-वडिलांच्या

अपेक्षेपेक्षा देशहिताला कितीतरी जास्त महत्त्व आहे, असा विचार करून तो त्या चळवळीत सहभागी झाला. त्यानं त्याच्या रेशमी कपड्यांची होळी करून खादी वस्त्रप्रावरणे धारण करण्यास सुरुवात केली. तो रोज या टेकडीवर येऊन वाचत बसायचा. जसजसा तो त्या चळवळीत अधिकाधिक गुंतत गेला, तसतसा तो तिथे बसून परिपत्रकं लिहू लागला आणि ती लोकांमध्ये वाटू लागला. त्याच्या प्रेरणेमुळे अनेक लोक या चळवळीत सहभागी होण्यासाठी पुढे आले.

"ब्रिटिश सैनिक अनेक वेळा अचानक गावात येऊन छापे घालत, त्याचा शोध घेण्याचा ते कसोशीनं प्रयत्न करीत. त्याला त्यांचा सुगावा लागला की तो या टेकडीपाशी येऊन लपून बसायचा किंवा जंगलात जाऊन दडी मारून बसायचा. स्वतःच्या जिवाची पर्वा न करता तो चळवळीचं काम करत राहिला. अखेर एका दुर्दैवी क्षणी तो इंग्रजांच्या तावडीत सापडला. त्यांनी त्याला कैदेत टाकलं. तुरुंगात असताना त्याला विषमज्वर झाला; पण त्याच्यावर योग्य ते उपचार न झाल्यामुळे त्या दुखण्यातच त्याचा अंत झाला. त्याच्या आई-वडिलांना आणि गावकऱ्यांना त्याच्या निधनाचं अपार दुःख झालं; परंतु राष्ट्रीय चळवळीमधल्या त्याच्या कामाचा सर्वांनाच अतिशय अभिमान होता. म्हणून गावकऱ्यांनी त्याच्या स्मृतिप्रीत्यर्थ या टेकडीचं नाव 'वरदा हिल' असं ठेवलं. आज गावातील शाळा ज्या जमिनीच्या तुकड्यावर उभी आहे, तो तुकडासुद्धा त्याच्याच आई-वडिलांनी त्याच्या स्मृतिप्रीत्यर्थ गावाला दान केलेला आहे. शाळेलाही त्याचंच नाव दिलं आहे, 'वरदा हायस्कूल'. आम्ही दर वर्षी स्वातंत्र्यदिनाला या टेकडीवर येऊन राष्ट्रध्वज उभारतो."

मेधा शांत बसून होती.

अमित म्हणाला, "उत्तर भारतातसुद्धा असे अनेक वीरपुरुष होऊन गेले, ज्यांनी देशाच्या स्वातंत्र्यासाठी आपले प्राण दिले. उदाहरणार्थ, भगतसिंग आणि चंद्रशेखर आझाद. दिल्लीच्या छावणी परिसरातील उद्यानांना स्वातंत्र्यलढ्यात ज्यांनी आपले प्राण वेचले अशा वीरांची नावं देण्यात आली आहेत."

अमितनं एकवार सभोवताली नजर टाकली, "इथं काही झाडंच नाहीत. असं कसं? जिकडे पाहावं तिकडे आपलं नुसतं गवतच वाढलेलं दिसतंय."

"अरे, आमच्या गावाचं गायरान आहे हे. अगदी जुन्या काळापासून इकडच्या प्रत्येक गावाचं एक गायरान आणि एक नागबन असतं."

"ते काय असतं?" अनुष्का म्हणाली, "आमच्या इकडे बंगळुरूला असलं काही नसतं." तिला या सगळ्या गप्पा ऐकून मनातून थोडा संकोचच वाटत होता. आपल्या या मित्र-मैत्रिणींच्या मानानं आपलं सामान्यज्ञान फारच तुटपुंजं असल्याची तिला जाणीव झाली होती.

"हो ना. मीसुद्धा दिल्लीला हे असलं काही ऐकलं नाहीये," अमित म्हणाला.

"गायरान म्हणजे असा जमिनीचा तुकडा, जो कुण्या एकाच्या मालकीचा नसतो आणि तो विक्रीलासुद्धा काढता येत नाही. ही जागा गावच्या मालकीची असून तिथं फक्त गवत वाढवण्यात येतं. बाकी कशाचीच लागवड केली जात नाही. तिथं वाढलेलं गवत कुणी कापून घरी नेऊ शकत नाही. अशा गायरानात एखादं तळंसुद्धा असतं. ते गवत गावच्या गाईगुरांना चरण्यासाठी असतं आणि पाणी पिण्यासाठी असतं."

"अय्या! म्हणजे जनावरांसाठीचा हा 'मिड डे मील प्रोग्रॅम' झाला की!" अनुष्का निरागसपणे म्हणाली. सगळे मोठ्यांदा हसले.

"हे ठिकाण पाहून मला एका वेगळ्याच गोष्टीची आठवण झाली," आनंद हळूच म्हणाला. "सिंध प्रांतात, म्हणजेच स्वातंत्र्यपूर्व काळातील फाळणीच्या आधीच्या पंजाबमध्येसुद्धा अशीच एक टेकडी होती. एक दिवस एक इंग्रज कामावर जात असताना या टेकडीजवळून चालला होता. त्यानं आपला घोडा रस्त्यात थांबवून रस्त्यावरच्या माणसाला विचारलं, 'या टेकडीचं नाव काय?'

'मोहेंजोदडा- मृत माणसांची टेकडी,' तो माणूस उत्तरला.

"त्या इंग्रज माणसाला धक्काच बसला. पुढे त्याला कुणीतरी स्पष्ट करून सांगितलं. त्या भागात जमिनीखाली खूप सांगाडे आढळले होते. मग त्या इंग्रज अधिकाऱ्यानं त्या जागेचं उत्खनन करण्याचा हुकूम दिला. त्यामुळेच दोन अत्यंत मोठ्या आणि प्राचीन संस्कृतींचा आपल्याला शोध लागला. त्या संस्कृती म्हणजे मोहेंजोदडो आणि हडप्पा."

"अरे वा... मग या भागातसुद्धा कुठंतरी अशी एखादी पायऱ्यांची विहीर दडलेली असू शकेल का?" अनुष्का उत्साहानं म्हणाली. "अगदी

इथंच नसली, तरी दुसरीकडे जवळपास कुठेतरी सापडेलच की. कदाचित जसं विक्रमादित्याचं सिंहासन सापडलं ना, तसं सोमनायकाचंही सिंहासन सापडेल.''

''कशाविषयी बोलते आहेस तू?'' महादेव, अमित, आनंद आणि मेधा एकदम म्हणाले.

अनुष्कानं सांगण्यास सुरुवात केली.

''गेल्या वर्षी मी माझ्या आई-वडिलांसोबत उज्जैनला गेले होते. माझ्या वडिलांची तिकडे एक कॉन्फरन्स होती. दिवसभर ते त्याच गडबडीत असायचे. त्यामुळे मी आणि माझी आई तेव्हा खूप फिरायचो. तेव्हा आईनं मला अनेक स्मारकांच्या आणि प्रेक्षणीय स्थळांच्या जागी नेलं आणि त्याविषयीच्या गोष्टीपण तिनं मला सांगितल्या. तिनंच मला सांगितलं, की खूप खूप वर्षांपूर्वी तिथे विक्रमादित्य नावाचा राजा राहत होता. तो खूपच विद्वान असल्याचं सगळे म्हणत. त्याच्या मृत्यूनंतर त्याचा राजवाडा जमीनदोस्त झाला आणि काही काळातच लोक त्याला विसरूनसुद्धा गेले.

''या गोष्टीला शंभर वर्षं लोटल्यानंतर एक दिवस एक माणूस त्या ठिकाणावरून पुढे जात असताना त्याला काही तरुण गुराखी आपापसात झगडताना दिसले. तो माणूस थांबून त्यांची मारामारी पाहू लागला. अचानक त्या मुलांमधला एक मुलगा थांबून म्हणाला, 'बरं, आता भांडण थांबवा पाहू. मीच आता न्यायनिवाडा करतो. तुमचा तंटा मीच सोडवतो; पण न्यायाधीशाला बसण्यासाठी व्यवस्थित खुर्ची हवीच, नाही का?'

''त्या ठिकाणापासून जवळच एक छोटे टेकाड होते. तो मुलगा टेकाडाच्या दिशेनं पळत सुटला. त्याचे इतर गुराखी मित्र मात्र खालीच थांबले. तो मुलगा न्यायाधीशाच्या थाटात त्या टेकाडावर स्थानापन्न झाला. मग एक चमत्कार घडला. त्याचा आवाज करारी झाला. तो अधिकारवाणीनं बोलू लागला आणि त्यानं खरोखरच न्यायाधीशाच्या निःस्पृहतेनं न्यायनिवाडा केला. त्यांच्यातला तंटा त्यानं सोडवला. त्यानंतर तो टेकाडावरून उतरून खाली आल्यावर मात्र पुन्हा त्याच्या वयाला साजेसं लहान मुलासारखं बागडू लागला. थोड्याच वेळात त्या मुलांमध्ये आणखी एका कारणानं भांडण जुंपलं. आता त्यांच्यातला

दुसरा एक मुलगा उठून म्हणाला, ‘आता या वेळी मी न्यायाधीश होणार आणि न्यायनिवाडा करणार.’

“आता तो मुलगा टेकाडावर गेला आणि तिथे बसून त्यानं व्यवस्थित न्यायनिवाडा केला. या माणसाचं निरीक्षण चालूच होतं. त्याच्या मनात आलं, ‘कदाचित हा व्यवस्थित न्यायनिवाडा त्या मुलांच्या मार्फत करून घेण्याचं काम ती विशिष्ट जागा करत असेल.’

“तिथून पुढे तो माणूस त्या गावात गेला. बघतो तर काय गावच्या पंचायतीमध्ये दोन माणसांची चांगली खडाजंगी जुंपलेली होती. हा माणूस विद्वान असल्याचं सर्वश्रुत असल्याकारणानं पंचांनी त्यालाच बोलावून या प्रकरणातून काहीतरी मार्ग काढायला सांगितला. त्यावर तो माणूस म्हणाला, ‘तुम्ही सगळेच माझ्यासोबत गावाबाहेरच्या टेकाडापाशी चला. मी माझा न्यायनिवाडा तिथेच करीन.’

“काही दिवसांतच ही गोष्ट तेथील राजाच्या कानी पडली. मग त्यानं माणसं लावून टेकाडावर उत्खनन सुरू केलं. बऱ्याच खोलवर उत्खननानंतर तेथे एक अतीव सुंदर सिंहासन सापडलं. लोक म्हणू लागले, हे नक्कीच राजा विक्रमादित्याचं सिंहासन असणार!” एवढं बोलून अनुष्कानं एक दीर्घ श्वास घेऊन तिची गोष्ट संपवली.

“म्हणजे बघा,” ती पुढे म्हणाली, “आत्ता आपण जिथे उभे आहोत, त्या खाली जमिनीच्या पोटात काय दडलंय, ते अजिबात सांगता येणार नाही. या टेकडीखाली काय असेल बरं? नक्कीच काहीतरी जगावेगळं असेल. मी कसलीही पैज लावायला तयार आहे.”

“अनुष्का, उगाच यावर जास्त विचार करत बसू नको. चल, आपल्याला उशीर होतोय,” आनंद म्हणाला.

त्याचे हे शब्द ऐकताच सगळे झटपट उठून आपापलं सामानसुमान घेऊन निघाले. त्यांना आता वेळेत घरी परत जायचं होतं.

वळवाचा पाऊस

त्या वरदा हिलच्या सहलीनंतर सोमनहळ्ळीमध्ये खूप उकाडा वाढला. आजोबा म्हणाले, "खरं म्हणजे आंब्याच्या पिकाच्या दृष्टीनं ही अशी हवा पोषकच असते; पण हे दिवस अजून जास्त काळ टिकणार नाहीत. माझी खात्रीच आहे, की आता लवकरच पाऊस पडणार. पावसामुळे धूळ खाली बसेल, हवेत जरासा गारवासुद्धा येईल. पण शेतकऱ्याच्या दृष्टीनं असा पाऊस येणं मुळीच चांगलं नाही."

आजीनं ते ऐकून मान डोलावली. ती म्हणाली, "हो ना. पावसाला सुरुवात होण्याआधी वर्षाचे पापड करण्याचं काम करून घेतलं पाहिजे. आज गावच्या थोड्या बायका इकडे येणार आहेत. मग आम्ही सगळ्या एकत्र बसून पापड करू. एकदा जर ढगाळ वातावरण झालं, तर मग पापडांना ऊन मिळणार नाही. पापडांना कडकडीत ऊन लागतं. ते जर उन्हात नीट वाळले नाहीत, तर पुढे त्यांना बुरशी येईल."

आजोबा-आजींच्या हवापाण्याच्या गप्पा नंतरही बराच वेळ सुरू होत्या; पण अनुष्काचं तिकडे लक्षच नव्हतं. तिच्या मनात तिच्या आई-वडिलांचा विचार चालू होता. संध्याकाळी तिचे वडील हॉस्पिटलमधून घरी आले, की दिवसभरात हॉस्पिटलमध्ये काय काय झालं, किती रुग्णांना तपासलं अशा त्यांच्या गप्पा होत. त्याचप्रमाणे आई तिच्या बँकेविषयी, तिथल्या सहकाऱ्यांविषयी सांगत असे. बँकेच्या पद्धती कशा बदलत चालल्या आहेत, कर्मचाऱ्यांचं वागणं कसं बदलत चाललं आहे, याविषयी त्यांचं बोलणं होई. कधीतरी अनुष्काला कोणत्या विषयाची शिकवणी लावण्याची गरज आहे, याचीसुद्धा ते चर्चा करत.

अनुष्काला पुढे कोणत्या कॉलेजमध्ये घालावं, तिनं उच्च शिक्षणासाठी कोणता विषय निवडायला हवा, तिला कोणकोणत्या स्पर्धापरीक्षांना बसवायला हवं, हा तर अलीकडे त्यांच्यातल्या संभाषणाचा मुख्य विषय होता.

अनुष्कानं एक सुस्कारा सोडला. इथं या गावातलं जग तिच्या स्वतःच्या तिकडच्या जगापेक्षा खूपच निराळं होतं.

त्यानंतर काही तास लोटले. आजी आणि गावातून आलेल्या बायका घरातल्या भल्यामोठ्या स्वयंपाकघरात पापड लाटायला बसल्या होत्या. अमित, मेधा आणि आनंद अनुष्काशी खेळायला आले. पण आजीनं त्या सगळ्यांनाच कामाला लावण्याचं ठरवलं होतं. तिनं त्या सर्वांनाच लाटलेले पापड गच्चीवर नेऊन वाळत घालण्याचं काम दिलं. गच्चीवर सगळीकडे प्लॅस्टिकचे भलेमोठे तुकडे अंथरून ठेवण्यात आले होते. अनुष्का आणि तिचे सवंगडी गच्चीकडून स्वयंपाकघराकडे आणि तिथून पुन्हा गच्चीवर अशा खेपा करून पापड वाळत घालण्याचं काम करत होते. नंतर अमित आणि मेधा हातात काठ्या घेऊन गच्चीत थांबून कावळे हाकलण्याचं काम करू लागले.

मोठ्या बायकांचा डोळा चुकवून अमित, मेधा आणि अनुष्का यांनी ओल्या पापडांवर मस्तपैकी ताव मारला. खरंतर वाळलेल्या पापडांपेक्षा हे ओले पापडच केवढे मस्त लागत होते. अनुष्का खूश झाली.

"आपण आजीकडून थोड्या पापडाच्या लाट्या खायला आणू या का?" मेधा म्हणाली. अनुष्का लगेच तयार झाली. मग मुलं आजीकडे जाऊन म्हणाली, "आजी, आम्हाला थोड्या पापडाच्या लाट्या दे ना गं खायला."

पण आजी तयार होईना. ती म्हणाली, "अरे बाळांनो, हे पापड नीट उन्हात वाळवून ठेवले, म्हणजे चांगले वर्षभर पुरवठ्याला येतात. पावसाळ्यात आणि थंडीत तळलेले पापड खायला मजा येते की नाही?"

पण अनुष्कानं हट्ट सोडला नाही. ती म्हणाली, "काय गं हे आजी? नाहीतर नंतर तू आम्हाला पापड तळून देशीलच ना? मग त्यापेक्षा आत्ता लाट्या खाऊ दे ना आम्हाला. हवं तर नंतर आम्ही पापड खायला मागणार नाही."

आजी त्यावर गोड हसली. तिनं त्यांना बऱ्याच लाट्या एका मोठ्या वाडग्यात भरून खायला दिल्या.

अनुष्का तर त्या लाट्यांच्या प्रेमातच पडली. ओल्या किंवा कोरड्या पापडांपेक्षा ती लाटी गालात ठेवून हळूहळू चघळून खायला फारच मजा येत होती. तिनं आजीसमोर पुन्हा हात पसरला; पण आजीनं आता मात्र ठाम नकार दिला.

"हे बघ अनुष्का, कशाचाही अतिरेक बरा नाही. कोणतीही गोष्ट अति केली ना, की त्यातला आनंद कमी होतो."

मुलांना ते पटलं. मग माना हलवत सगळी मुलं तिथून पळून गेली. ती खेळू लागली.

दुपारच्या वेळी अचानक अंधारून आलं. आभाळात ढग जमा होऊ लागले. आजी लगेच बायकांकडे वळून म्हणाली, "अगं, पापड लाटायचं थांबवा बघू. आज काही लक्षण खरं दिसत नाहीये."

मग ती अनुष्काकडे बघून म्हणाली, "जरा बाहेर नीट लक्ष ठेव गं. झिमझिम पाऊस सुरू होण्याची जर चिन्हं दिसली, तर लगेच गच्चीत जाऊन वाळत घातलेल्या पापडांवर प्लॅस्टिक अंथरायचं. म्हणजे ते भिजणार नाहीत. आणि जर पाऊस फार जास्त वाढला तर सगळे पापड उचलून आत घेऊन या आणि बाल्कनीत पसरून ठेवा."

त्यानंतर अवघ्या पाचच मिनिटांत पावसाची भुरभुर सुरू झाली. अनुष्का आणि आनंद धावतच पापड झाकायला गेले; पण त्यांचं ते काम पुरं होण्याआधीच गारांचा पाऊस सुरू झाला.

आजी खालून स्वयंपाकघरातून हाका मारून मोठ्यांदा म्हणाली, "अरे, ते पापड लवकर आधी घरात घेऊन या. गारांमुळे पापड खराब होतील."

मुलं घाई गडबडीनं पापड आत आणू लागली; पण पाऊस, वारा आणि गारा यामुळे अर्ध्या पापडांचं नुकसान झालंच. आता खूप सोसाट्याचा वारा सुटला होता. पाऊस व गारांचा जोरदार वर्षाव चालू होता. आजीला मुलांची काळजी वाटू लागली. ती म्हणाली, "मुलांनो, ते पापड राहू देत. तुम्ही आधी आत या पाहू. आणि घराबाहेर कुणीही पडायचं नाही. मोठाल्या गारांचा मार लागून कुणाला काही इजा होता कामा नये. बघा ना, चांगल्या लिंबाएवढ्या मोठ्या गारा पडत आहेत. उगाच तुम्हाला मार लागायचा. पापड काय,आपण पुन्हा कधीही बनवू शकतो."

अखेर अमित, मेधा, आनंद आणि अनुष्का पापड होते तिथे टाकून घाईनं घरात आले. सगळे घरातल्या बाल्कनीत उभे राहिले. अजूनही जोरात पाऊस चालू होता. सोसाट्याचा वारा बाल्कनीतूनही जाणवत होता. झाडाची पानं वेड लागल्यासारखी वरखाली हेलकावे देऊन नाचत होती. घरापुढच्या अंगणात पाण्याचं जणू तळं साचलं होतं.

अनुष्का भान हरपल्यासारखी बघत होती. तिनं या अशा वादळवाऱ्याचा अनुभव बंगळुरूमध्ये कधीच घेतला नव्हता. तिनं मान वर करून आभाळाकडे एकवार नजर टाकली. खरंतर फारशी संध्याकाळही झालेली नव्हती. तरीही रात्र झाल्यासारखा अंधार पडला होता. जरा वेळात गारांचा वर्षाव इतका वाढला की, गच्चीच्या फरशीवर गारांचा खच पडला. अनुष्काला वाटलं, पळत जाऊन थोड्या गारा वेचाव्यात.

अचानक खालून आजीची हाक ऐकू आली, "मुलांनो, खाली या बघू. गरम गरम दूध पिऊन घ्या. आणि तुमच्या आवडीची भजीसुद्धा केली आहेत."

'या आजीच्या स्वयंपाकघरातला कारखाना आपला सदोदित चालूच असतो,' अनुष्काच्या मनात आलं. 'या आजीला स्वयंपाक करायला आवडतो, लोकांना खाऊपिऊ घालायला आवडतं. किती तऱ्हेतऱ्हेच्या चटण्या, कोशिंबिरी आणि लोणची करते आजी.'

मुलं जिना उतरून खाली स्वयंपाकघरात आली, तेव्हा आजी महादेवला सूचना देत होती, "जा, आधी गोठ्यात जाऊन गाईगुरं व्यवस्थित आहेत ना, ते बघ. गोठ्यात कुठे वरून पाणी वगैरे गळत नाही ना, तेही पाहा. बिचारी मुकी जनावरं. त्यांचा त्रास आपल्याला सांगूसुद्धा शकत नाहीत."

आजोबा मात्र बैठकीच्या खोलीत दोन माणसांबरोबर गप्पा मारत बसले होते. अनुष्काला त्यांचं बोलणं ऐकू आलं, "खरंतर या दिवसात आलेला पाऊस सहसा दीड तासाहून जास्त टिकत नाही, पण आज हा वादळी वारा आणि गारांचा पाऊस अचानक आला. मला तर आश्चर्याचा धक्का बसला आहे. मी आजवर कधी उन्हाळ्यात असा वळवाचा पाऊस दोन तासांहून जास्त काळ टिकलेला पाहिला नव्हता हं. हे एक आश्चर्यच आहे!" त्या दोघांमधला एक माणूस म्हणाला.

"बरोबर आहे तुमचं," आजोबा म्हणाले. "या पावसामुळे आंब्याचं

आणि इतर भाजीपाल्याचं अतोनात नुकसान होणार आहे.''

अखेर चार तास सतत कोसळल्यानंतर पाऊस एकदाचा थांबला. सगळे आपापल्या घरी गेले.

घरात कुठेही गळत नसलं तरी बाहेर पाणी गळत होतं, त्याचा आवाज येत होता. 'आता वरदा नदी कशी दिसत असेल बरं?' अनुष्काचा मनात आलं. क्षणभर तिला वाटलं, सरळ सायकल घ्यावी आणि जावं नदीकाठी. पण बाहेर काळोख पडला होता. रस्त्यावर पाणी साचलं होतं. म्हणजे आजी-आजोबा आपल्याला अजिबात जाऊ देणार नाहीत, याची तिला कल्पना होती. ती आजोबांकडे गेली, ''आजोबा, आपण आत्ता नदीवर जाऊन पाणी किती आलंय ते पाहू या का? वादळी पावसानंतर नदी कशी दिसते, हे मी कधीच पाहिलेलं नाही. खूप छान दिसत असेल ना?''

''तुला जर खरं नदीचं पाणी बघायचं असेल ना, तर तू आणि तुझी मित्रमंडळी जरूर जा. पण महादेवला बरोबर घेऊन जा,'' आजोबा म्हणाले. ''पण उद्या जा. उद्या रस्त्यावरचं पाणी ओसरलेलं असेल आणि महादेव आपल्या पिकअप ट्रकमध्ये तुम्हाला घेऊन जाईल. नदीपाशी पोहोचल्यावर तुम्हाला जर उतरून चालायचं असलं, तर त्यालाच सांगा. तो तुम्हाला नीट घेऊन जाईल. मी तसं त्याला सांगून ठेवतो.''

परंतु हा सगळा बेत आजीला मात्र पसंत पडला नाही. ती अनुष्काला म्हणाली, ''काय गं, तुला करायचंय काय तिथे जाऊन? एवढं काय बघायचं आहे तिथे? नदीला फक्त पाणी तर असणार आहे. तिथे जाऊन उगाच चिखलात पाय रुतून बसला आणि काही भलतंसलतं झालं, म्हणजे? अगं अनुष्का, आपल्या गावात पाण्याचा निचरा होण्याची काहीही नीट सोय नाही. पाऊस पडला की रस्त्यावर जागोजागी पाणी साठून राहतं. शिवाय इथले रस्ते मातीचे आहेत; शहरासारखे डांबरी नाहीत. जिकडेतिकडे चिखल असतो. उगाच चिखलात पाय फसला म्हणजे गं? जर चुकून पाय रुतला ना, तर तुला हलतादेखील यायचं नाही.''

पण आजीनं एवढं सगळं सांगूनसुद्धा अनुष्काच्या मनावर त्याचा काहीच परिणाम झाला नाही. नदीवर पाणी बघायला जायचंच, असा तिचा ठाम निश्चय झालेला होता.

हीच का ती विहीर

दुसऱ्या दिवशी सकाळी हवेत गारवाच होता, पण आभाळात काळे ढगही जमा झाले होते. अनुष्का आजी-आजोबांना म्हणाली, "मला घरी कंटाळा आलाय. मी मेधा, अमित आणि आनंद या सर्वांना इकडे बोलावलंय. आम्ही वरदा नदीचं पाणी बघायला जाणार आहोत. आजी, मला जेवणाचा डबा भरून दे ना गं! मी मदत करते तुला. आज आम्ही चालतच जायचं ठरवलंय, कारण कालच्या पावसामुळे रस्ते खराब झाले असतील ना? आम्ही जरा वेळ चालू आणि नंतर कंटाळा आला की आपल्या शेतात जाऊन खेळू. एकदम संध्याकाळी घरी येऊ."

हा सगळा बेत आजीला मुळीच आवडला नाही. ती म्हणाली, "अगं, पण आत्ता त्या नदीवर जायची काही गरज आहे का? हे असं काही करणं म्हणजे निव्वळ वेडेपणा ठरेल. शिवाय ते धोकादायकसुद्धा असू शकतं. त्या महादेवला तर आम्ही तुमच्याबरोबर पाठवूच; पण खरं सांगू? ऐक माझं अनुष्का. तुम्ही सगळे मिळून इथे घरीच बैठे खेळ खेळा ना. किंवा पुस्तक वाचा. घरी काहीही करा. तुला इकडेतिकडे कशासाठी भटकायचं असतं?"

पण आजोबांचं मात्र मत असं नव्हतं. अनुष्कानं बाहेर जावं, वेगवेगळ्या गोष्टींचा अनुभव घ्यावा, नवनवीन स्थळांना भेट द्यावी यासाठी ते तिला नेहमीच प्रोत्साहन देत असत. ते आजीकडे वळून म्हणाले, "अगं, तिला जाऊ देत. तिला बंगळुरूमध्ये असं कुठे मनासारखं फिरता येतं? तुला माहीत आहे ना, मुलांमध्ये आपल्याहून कितीतरी

जास्त ऊर्जा असते. मुलांसाठी सामोसे, बिस्किटं, सँडविचेस असा छान डबा भरून दे. आणि अनुष्का, सगळ्यांसाठी पाण्याच्या बाटल्या भरून घ्यायला विसरू नको. आज तिकडे नदीचं पाणी बघायला पुष्कळ लोकांची गर्दी होईल. नदी कितीही सुंदर दिसली ना, तरी त्यात पोहण्याचा विचारसुद्धा करू नका हं. लांबून, चौथऱ्यावर उभं राहून सगळं दृश्य पाहा. मी या सगळ्या सूचना देतो आहे, त्याचं तंतोतंत पालन तुमच्याकडून होतं की नाही, ते बघण्याची जबाबदारी मी महादेववर टाकणार आहे.''

अनुष्का आपली बॅगपॅक आणण्यासाठी खोलीत गेली. त्यात तिची प्रथमोचार पेटी, मोबाइल फोन, टॉर्च, चालण्याची घडीची काठी, दुर्बीण, काड्यापेटी, मेणबत्ती, हॅट, छत्री, नोटपॅड, पेन, एक छोटा टॉवेल, टिश्यू पेपर आणि अगदी छोटीशी हत्यारांची पिशवी असं सगळं नीटनेटकेपणानं ठेवलेलं होतं. त्यातल्या गोष्टी जागच्याजागी आहेत ना, हे तिनं तपासून पाहिलं. कधीही बाहेर सहलीला जायचं असलं, की ती ते सगळं बरोबर घेऊन जात असे. त्याबद्दल कधीतरी तिच्या मैत्रिणी तिची चेष्टासुद्धा करायच्या; पण ती ते मनावर घेत नसे.

आजीनं महादेवला बोलावून सांगितलं, ''हे बघ, तू मुलांची नीट काळजी घे आणि सावधगिरी बाळग. आज मी देवळात पूजेसाठी जाणार आहे. मी आता संध्याकाळीच घरी परत येईन. मुलं जर दमली किंवा कंटाळली, तर लगेच त्यांना घेऊन घरी ये. ही घे पिशवी. यात तुम्हा सर्वांसाठी जेवणाचा डबा दिला आहे.''

त्यावर आजोबा म्हणाले, ''मी आत्ता शेतावर जायला निघालोय. कालच्या वादळी पावसामुळे किती आणि काय काय नुकसान झालंय, त्याचा एकदा आढावा घेऊन येतो. तिथे बरंच साफसफाईचं कामही असणार. सगळा पसारा आवरून घ्यावा लागेल. मला घरी यायला संध्याकाळ उजाडेल.''

आजी महादेवला म्हणाली, ''हे बघ, अनुष्का फार धाडसी आहे. तिला सगळीकडे हिंडून सगळं काही पाहायचं असतं; पण या प्रदेशात हिंडताना काय धोके असतात, काय खबरदारी घ्यावी लागते, हे तिला माहीत नाहीये. तेव्हा तू तिची नीट काळजी घे. जर का तिला काही झालं ना, तर ती जबाबदारी तुझी.''

जरा वेळात अनुष्का आणि महादेव घरून निघाले. ते अमित, मेधा आणि आनंद यांना भेटायला गेले. आजीला एवढी का काळजी वाटतेय, हे अनुष्काला कळत नव्हतं. इतकं काय मोठं होणार होतं?

भेटायच्या ठरलेल्या ठिकाणी महादेव आणि अनुष्का जाऊन पोहोचले, तेव्हा बाकीची मुलं तिथं येऊन थांबली होती. अमितनं बरोबर एक गलोल घेतली होती, तर मेधानं चित्रकलेची पेटी, रंगीत पेन्सिली आणि कागद आणले होते. तिला रेखाचित्र आणि तैलरंगात चित्र काढण्याची आवड होती. आनंदनं आपल्या बॅगपॅकमध्ये छोट्या चटया आणि वाचनासाठी पुस्तकं घेतली होती.

''तर मग? आज आपण कुठे जाणार आहोत?'' मेधा कुतूहलानं म्हणाली.

''आपण आधी नदीचं पात्र बघायला चाललो आहोत,'' महादेव म्हणाला, ''गावापासून नदीच्या पात्रापर्यंतचा रस्ता फारच खराब आहे. कदाचित आपण वेगळ्या वाटेनं जाऊ. हा रस्ता रानातून जातो. त्या रस्त्यानं चालायला खूप मजा येईल. वाटेत आंब्याची झाडं, आवळ्याची झाडं आहेत. शिवाय रस्त्यात पिकलेल्या जांभळांचा तर खच पडलेला असतो. ती आपण आरामात खाऊ शकतो. ती खाण्यात काही धोका नाही. आणि वाटेत नक्कीच हरणंसुद्धा दिसतील. इथे गावात तर रस्त्यावर इतकी हरणं बघायला मिळतात, की कुत्र्यांइतकी सगळीकडे असतात ती.''

त्याचे हे शब्द ऐकून अनुष्काच्या मूळच्या साहसी वृत्तीला तर स्फुरणच चढलं. ती उत्साहानं म्हणाली, ''हो, हो. चालेल. आपण असंच करू. छान मजा येईल अशा साहसी गोष्टी करायला.''

मेधा म्हणाली, ''हो, हो. मलाही आवडेल. वाटेत थांबून मी हरणांची, झाडांची आणि रानाची चित्रं काढीन.''

''आणि मी माझी गलोल वापरीन. मला झाडावरचे ताजे आंबे दगड मारून पाडता येतील. जमिनीवर पडलेले हवे तेवढे आंबे तुम्ही खाऊ शकता. मी मात्र थेट झाडावरचे तोडून खाणार.''

आनंद म्हणाला, ''मला काहीही चालेल.''

''मग चला तर,'' महादेव म्हणाला. त्यानं पुढे चालायला सुरुवात केली. त्याच्या मागोमाग अनुष्का आणि राहिलेले तिच्या मागे चालू लागले.

पूर्वी अनुष्का अशा प्रकारच्या काही साहस सफरींना गेलेली असली, तरी या खेपेची ही सहल काही वेगळीच होती. तसं ते रान फारसं घनदाट, निबिड नव्हतं. तिथं बरीच स्थानिक झाडं, आंब्याचे वृक्ष आणि झुडपं होती. तसे झाडाझुडपांचे प्रकार अनुष्कानं आधी कोणत्याही सहलीत पाहिले नव्हते. काही आंबे वाटेत रस्त्यावर पडले होते. त्यातला एक महादेवनं उचलला, "हा इथल्या रानातला आंबा आहे," तो म्हणाला.

"पण हे तुला कसं माहीत?" अनुष्का म्हणाली.

"अगं, हा रानटी आंबा इथं आपोआप उगवलेला आहे. या झाडांची काही इथं कुणी लागवड केलेली नाही. त्यांना कुणी पाणी देत नाही, की कुणी कलम करत नाही. कुणी खत घालत नाही, की माळी येऊन त्यांची मशागत करत नाही. हा आंबा आकारानं लहान असतो. त्याची कोय भलीमोठी असते आणि चवीलाही आंबट असतो. इथं रानात पक्षी आणि माकडं या आंब्यांचा फन्ना उडवतात."

अनुष्कानं जमिनीवर पडलेला आणखी एक आंबा उचलला. तिच्याकडे ओल्या निर्जंतुक टिश्यू पेपर्सचं पाकीट होतं. त्यातून एक टिश्यू काढून तिनं तो आंबा नीट पुसून मगच त्याचा चावा घेतला. तो अगदी आंबटढाण होता. तिला अचानक तिच्या डॅडींचे शब्द आठवले, 'अनुष्का, कोणतंही फळ अथवा भाजी नीट स्वच्छ धुतल्याशिवाय कधीही खायची नाही.' पण मग तिनं स्वतःचीच समजूत घातली – 'कालच्या पावसानं ही सगळी फळं धुतली गेली असतील.'

मुलं आणखी जरासं पुढं चालत निघाली. महादेवला रस्त्यात एक रोपटं दिसलं. त्याला गुलाबी, नाजूक छोटीशी फुलं आली होती. तो अनुष्काला त्याविषयी सावध करणार इतक्यात तिचा त्यावर पाय पडला. अचानक त्याची पानं मिटून गेली आणि ते कोमेजलं. अनुष्काला धक्का बसला. तिनं अजून एका तशाच रोपट्याला हात लावताच परत तेच घडलं, "हे काय आहे?" तिनं उत्सुकतेनं विचारलं.

"याला लाजाळूचं झाड म्हणतात," मेधा म्हणाली. ती अनुष्काच्या मागेच उभी होती.

"आमच्या शाळेच्या बगिच्यात अशी पुष्कळ झाडं आहेत," आनंद म्हणाला, "या झाडाचं वनस्पतिशास्त्रातलं नाव काय आहे, माहीत आहे का?"

अमित म्हणाला, "त्याला शास्त्रीय भाषेत मायमोसा पुडिका *(Mimosa pudica)* म्हणतात. आमच्या वनस्पतिशास्त्राच्या शिक्षकांनीच तसं सांगितलं. पण इंग्रजीत बोलीभाषेत मात्र याला 'टच मी नॉट' म्हणतात."

महादेव म्हणाला, "आम्ही इकडे कन्नड भाषेत त्याला 'मुत्तला मुरुकी' म्हणतो. त्याचा अर्थसुद्धा हाच होतो- मला स्पर्श करू नका."

"आत्ता याची पानं कायमची मिटलेली राहणार का?" अनुष्कानं कुतूहलानं विचारलं.

"नाही गं. जरा वेळानं ती पानं परत उघडतील."

अनुष्काला त्या नाजूक गुलाबी फुलांचा मोह पडला. तिनं घाईनं त्यांना हात लावला तर तिला जोरात काटा टोचला. "अगं अनुष्का," महादेव जवळजवळ ओरडलाच, "इथं रानात वाटेल त्या कुठल्याही झाडाझुडपांना एकदम असा हात लावू नको. आधी ते काय आहे, याची माहिती करून घेत जा. बऱ्याच झाडांकडे स्वसंरक्षणाचे काही ना काही उपाय असतात. त्यांची स्वतःची अस्त्रं असतात. काही झाडांना जर हात लावलास, तर नंतर अंग खाजू लागतं. काही झाडांमधून डिंकासारखा चिकट रस पाझरतो. तो हाताला लागतो. तेव्हा काळजी घ्यायला हवी."

अनुष्कानं मान डोलवली. सगळे पुढे चालू लागले.

काही वेळानंतर अनुष्का थांबली. तिनं नाकानं हुंगून दीर्घ श्वास घेतला. हवेत फार सुंदर दरवळ पसरला होता. ती म्हणाली, "हा सुंदर वास कसला आहे? हा वास माझ्या ओळखीचा आहे."

त्यावर मेधाला हसू फुटलं. त्या दोघी एका झाडाखालून चालल्या होत्या. "अगं अनुष्का, ते बघ बकुळीचं झाड. या झाडाची फुलं स्वर्गीय आहेत, असं मानतात. तसं बकुळीचं फूल दिसायला काही फार सुंदर नसतं, पण त्याचा वास इतका सुंदर असतो, की लोक त्या वासासाठी जीव टाकतात. ती फुलं जरी वाळली, तरीही त्यांचा वास तेवढाच सुंदर येतो. तू जर आजीचं कपाट उघडं असताना त्यात डोकावून पाहिलंस

ना, तर त्यात तुला बकुळीच्या फुलांची सुकलेली माळ सापडेल. या गावातल्या सगळ्या बायका त्यांच्या कपाटातल्या साड्यांच्या घडीत वाळलेली बकुळीची फुलं ठेवतात. त्यामुळे साड्यांना कसर लागत नाही.''

हे सगळं ऐकून अनुष्काला थोडी खंत वाटली. निसर्ग आणि त्याच्या चमत्कृतींविषयी आनंद आणि मेधा यांना जेवढी माहिती होती, तेवढी काही तिला नव्हती.

मुलं वाटेनं पुढे जातच होती. मुख्य रस्त्यानं जाण्याऐवजी त्यांनी हा रानातला रस्ता निवडला होता, हे एका परीनं चांगलंच होतं. हा परिसर नितांत सुंदर होता. तसा वाटेत थोडा चिखल होता; पण तसेच मोठाले दगडही असल्यामुळे सर्व मुलं या दगडावरून त्या दगडावर उड्या मारत पुढे चालली होती.

''ते बघा तिकडे,'' महादेव म्हणाला, ''शूऽऽऽ, अजिबात पुढे पाऊल टाकू नका.''

मुलांनी समोर पाहिलं तर दोन पक्षी चिवचिवत होते. एक मिनिटानंतर ते दोघं चोचीनं एकाच पेरूचे चावे घेत होते.

अनुष्कानं अगदी हलक्या आवाजात विचारलं, ''ते कोण आहेत?''

''अगं, त्या पक्ष्यांचं नाव मैना आहे. पण तू या मैनांची गोष्ट नाही वाटतं ऐकलीस?'' आनंद म्हणाला.

''नाही,'' अनुष्का म्हणाली. आपल्या या मित्रमंडळींना आपल्यापेक्षा कितीतरी जास्त माहीत आहे, हे लक्षात आल्यावर ती चिडली होती.

''या पक्ष्यांना 'प्रेमी पक्षी' असं म्हणतात. या मैना पक्ष्यांचं एकमेकांवर इतकं जिवावाड प्रेम असतं, की त्यांच्यातला एक पक्षी गेला तर लगेच दुसराही प्राण सोडतो. आणि जर कुणाला पहाटेच्या वेळी मैना दिसली, तर म्हणे ते शुभ असतं.''

यानंतर बराच वेळ कुणीच काही बोललं नाही. रानातल्या पक्ष्यांचा किलबिलाट आणि जोडीला या चालणाऱ्या मुलांच्या पायांचा तालात आवाज येत होता.

''ते बघा, तिकडे,'' अचानक महादेव एका उंच झाडाकडे बोट दाखवत म्हणाला. त्या झाडावर एक भलामोठा पक्षी एकटाच बसला होता.

“हा तर रत्नपक्षी,” अमित म्हणाला.

“पण तुला कसं माहीत?”

“दिल्लीला आमच्या घराच्या मागच्या अंगणात मी हा पक्षी पाहिलाय. दिल्लीला आम्ही ज्या कँटोन्मेंट भागात राहतो, तिथं तर अनेक झाडं आणि पक्षी पाहायला मिळतात. माझी आई म्हणते, ज्या दिवशी रत्नपक्षी दिसतो ना, त्या दिवशी नक्की गोड खायला मिळतं.”

अचानक मुलांच्या समोर हरणांचा भलामोठा कळप आला. पण मुलं जवळ जाताच सर्व हरणांनी धूम ठोकली.

अनुष्काला वाईट वाटलं. ती म्हणाली, “मला त्यांच्याकडे नीट बघतासुद्धा आलं नाही.”

“काळजी करू नको, अनुष्का. तुला इथं हवी तेवढी हरणं पाहायला मिळतील. अजून आपली सहल संपलीये कुठे? हरणं जरा लाजरी असतात आणि ती फार जोरात पळतात. तू अगदी हळू चाल. पावलांचा जरासुद्धा आवाज करू नको. मग हरणं नक्की बघायला मिळतील. या रानात हरणांच्या वेगवेगळ्या जाती आहेत. काहींच्या अंगावर ठिपके असतात तर काहींना भलीमोठी शिंगं असतात. आणि हो, हरणं शाकाहारी असतात,” आनंद म्हणाला.

“ही हरणं कधी गावात येतात?”

“फार क्वचित; पण उन्हाळ्यात मी त्यांना आमच्या शाळेत पाहिलं होतं. आमच्या शाळेच्या बगिच्यात भाज्या लावल्या आहेत ना, त्या खायला येतात तिकडे,” आनंद म्हणाला.

“अरे, पण त्यांनी जर शाळेच्या बागेत लावलेल्या भाज्या खाल्ल्या, तर शाळेच्या लोकांना राग नाही का येत?” अनुष्का म्हणाली.

“नाही, नाही. त्यांना कुणीही हाकलत नाही. माझे आजोबा म्हणतात, जमीन जशी आपली आहे, तशीच त्या हरणांचीसुद्धा आहे. त्यामुळे त्यांना त्यावर उगवलेलं जे काही खायचं असेल, ते आपण खाऊ द्यावं. आमच्या शाळेतल्या काही विद्यार्थ्यांनी श्रमदान करून एक छोटं तळं बांधलंय. त्यात त्या हरणांना पिण्यासाठी मुद्दाम स्वच्छ पाणी साठवण्यात येतं. शिवाय आम्ही तिथं एक खड्डा खणून त्यात बरंच मीठ टाकून ठेवलंय.”

“का?”

"कारण हरणांना मीठ आवडतं. ते तिथं येऊन खारट माती चाटून खातात."

ते पुढे पुढे चालत असताना अनुष्काला एक विचित्र अशी हिरव्या रंगाची वेल दिसली. महादेवनं सर्वांना तिथे थांबवून त्या वेलीचा पुढचा भाग- म्हणजेच चिगुरू – हातात घेऊन सर्वांना दाखवला. त्यानं सुरीनं तो जरासा कापला आणि सर्वांना त्याची चव चाखायला दिली.

अनुष्कानं जरा घाबरतच एक तुकडा तोंडात घातला. मग ती ओरडली, "ओ! आंबट आहे; पण चव फार छान आहे याची. याला काय म्हणतात?"

सगळे कोऱ्या चेहऱ्यानं उभे होते.

"देव जाणे," मेधा म्हणाली, "असेल या रानात वाढलेला वेल. त्याला काहीच नाव नसेल."

"मी हा वेल याआधी कधीच पाहिलेला नाही," अमित म्हणाला.

आनंद म्हणाला, "खरंतर मी या रानात आजवर अनेकदा आलोय; पण हा वेल कधी पाहिला नव्हता. काही खास आहे का हा?"

"हो, खूपच खास आहे," महादेव म्हणाला, "या वेलीला जे फळ येतं ना, ते म्हणजे शिकेकाईची शेंग."

"शिकेकाई?" अमित आणि अनुष्का एकदम म्हणाले.

"हो. जर शिकेकाईच्या शेंगा वाळवून दळून आणल्या ना, तर शांपूऐवजी केस धुवायला त्या वापरता येतात. आजीसुद्धा शिकेकाईच वापरते. पूर्वी बाजारात शांपू वगैरे कुठे मिळत होता? त्यामुळे लोक केस धुण्यासाठी शिकेकाईच वापरायचे. ती केसांसाठी फार चांगली. कधीकधी या शेंगा वापरून साबणही बनवण्यात येतो."

अनुष्का म्हणाली, "आजीकडे बाथरूममध्ये डबाभर शिकेकाईची पूड आहे. काही दिवसांपूर्वी तिनं मला न्हायला घातलं ना, तेव्हा शिककाईनंच घातलं. त्यानंतर माझे केस खूप मऊ आणि सुगंधी झाले. पण माझी आई आणि मी मात्र शांपू आणि कंडिशनर वापरतो. अशा प्रकारे झाडाच्या शेंगेची पूड करून त्यानं केस धुता येतात, हे मला तर माहीतच नव्हतं. काय शोध आहे ना?"

तेवढ्यात आनंद मध्येच म्हणाला, "या वेलाबद्दल काय एवढं खास आहे?"

“हरणाची मादी जेव्हा गाभण असते, तेव्हा ती मुद्दाम हा चिगुरुचा वेल ओरबाडून खाते. त्यात नैसर्गिक स्वरूपात लोह असतं. इतरही खूप जीवनसत्त्वं असतात. हरणीच्या होणाऱ्या पाडसासाठी ती उत्तम असतात.”

“हं. हे प्राणी आपल्यासारखं बोलू शकत नसले, तरी ते किती हुशार असतात ना? आपण आणखी थोडं चिगुरु खाऊ या का?” अनुष्का म्हणाली.

“नाही हं. हे हरणांचं खाद्य आहे. आपण आज त्यांच्या घरी आलोय ना? हा वेल फार हळूहळू वाढतो. त्यामुळे आता राहिलेला वेल आपण गाभण हरणींना खायला शिल्लक ठेवू या.”

“बरं, पण मग निदान मी त्याची शेंग तरी खाऊ का? आणखी कुठे मिळतील याच्या शेंगा?”

“प्रत्येक वेलीला एक वर्षाआड फळं येतात. शेंगा जमिनीवर पडल्या की लोक त्या गोळा करतात. त्या वाळवून दळून आणतात.”

अनुष्कानं महादेवकडे कौतुकानं पाहिलं. तो तर चालता बोलता ज्ञानकोशच होता.

“तुम्हाला सर्वांना अजून चालायचंय, का कुठेतरी बसून विश्रांती घ्यायची आहे?”

“हे पाहा, आपण इथून थोडंसं पुढे जाऊ. जरा सावलीची जागा शोधू. महादेव, तू या रस्त्यानं कितीदातरी आला असशील. तुला माहीत आहे का अशी एखादी जागा?” आनंद म्हणाला.

“हो. या रानातून जायला बरेच रस्ते आहेत; पण या विशिष्ट रस्त्यानं फारसं कुणी येत नाही,” तो म्हणाला, “इथून जरा पुढं गेलं की, रिठ्याचं झाड आहे. त्याची बरीच मोठी सावली पडते. चला, आपण सगळे तिथेच जाऊ.”

“रिठ्याचं झाड म्हणजे काय?” अनुष्का म्हणाली. तिचे प्रश्न संपतच नव्हते. तिचा उत्साहसुद्धा जबरदस्त होता.

पण आता अमित, मेधा आणि आनंद दमले होते. त्यांच्यातल्या कुणीच तोंड उघडलं नाही.

महादेव म्हणाला, “अगं, या भागात उगवणारं एक झाड आहे. त्याला ‘अंतलकी’ असं म्हणतात. त्या झाडाचं फळ मऊसर असतं. ते जर पाण्यात उकळलं ना, तर ते पाणी अंघोळ करताना साबण किंवा

शॉवर जेल म्हणून वापरता येतं. अनेक स्त्रिया रेशमी साड्या रिठ्याच्या पाण्यात धुतात, कारण रिठ्याच्या पाण्यात धुतल्यावर साडीचा रंग जात नाही. शिवाय कपड्यांना झळाळी येते.''

''म्हणजे जेंटीलसारखंच असतं का हे?'' अनुष्का म्हणाली.

''या जेंटील शब्दाचा अर्थ काही मला माहीत नाही हं अनुष्का; पण कपड्यांसाठी रिठ्याचं पाणी 'जंटल' असतं, हे मात्र खरं.''

त्यानंतर दहा पावलं पुढे गेल्यावर अनुष्काला एक झाड दिसलं. त्याची पानं सुपारीच्या पानासारखी दिसत होती, ''हे झाड इथं कुणी लावलं?''

''इथं रानात कुणीच काही लावत वगैरे नाही. बऱ्याचदा पक्ष्यांमुळे किंवा वाऱ्यामार्फत बीज वाहून नेलं जातं व ते जमिनीत रुजतं किंवा इतर वेळी पावसाच्या पाण्यानं वाहून ते इकडे येतं. माकडासारखे काही प्राणी फळं खाऊन बिया इकडेतिकडे थुंकून देतात,'' महादेव म्हणाला.

''पण आपण घरी जे पान खातो, तेच हे आहे ना? मग मी हे खाल्लं तर चालेल ना?'' अनुष्का म्हणाली.

''वेडी आहेस का? असं झाडावरून थेट तोडून कुणी पान खातं का? शिवाय आपण घरी खातो, ते पान हे नाहीच आहे. हे काळ्या मिऱ्यांचं झाड आहे. पूर्वी आपल्या देशात मिरचीची झाडं नव्हती. मग त्या वेळी स्वयंपाकात काळ्या मिऱ्यांचाच प्रामुख्यानं वापर व्हायचा,'' आनंद म्हणाला.

''आपल्या देशात मिरच्यांची झाडं नव्हती म्हणजे काय?'' अनुष्का म्हणाली. तिला ते ऐकून धक्काच बसला. ''उत्तर भारतात आणि दक्षिण भारतात स्वयंपाकात केवढी मिरची वापरतात.''

''अनुष्का, मला वाटतं तू या विषयात जरा आणखी वाचन करण्याची गरज आहे. म्हणजे मग मिरचीच्या पिकाचा इतिहास काय, ते भारतात पहिल्या प्रथम कुणी आणलं, हे सगळं तुला समजेल. पेरू, पपई, बटाटा, कांदा, लसूण, सीताफळ, सफरचंद... या फळांचा इतिहास पाहू गेलं, तर आपल्याला केवढं काय काय शिकायला मिळतं,'' आनंद म्हणाला.

एव्हाना सगळे जण त्या रिठ्याच्या झाडापाशी पोहोचले होते. सर्व जण खाली बसले. दुपारचे बारा वाजून गेले होते.

अनुष्का सर्वत्र उत्साहानं पाहत होती. तिला जमिनीवर उगवलेली भलीमोठी आळंबी दिसली. ती टाळ्या पिटत म्हणाली, "हे बघा. मी तर बंगळुरूमधल्या भाज्यांच्या दुकानात ही एवढी मोठी आळंबी कधीच पाहिली नाही. आपण ही तोडून घरी नेऊ यात का? आजीला त्याची भाजी करायला सांगू. मला खूप आवडते."

मेधा उठून त्या आळंबीच्या जवळ जाऊन तिचं बारकाईनं निरीक्षण करू लागली. ती म्हणाली, "अनुष्का, ही आळंबी खाण्यायोग्य नाही. सगळ्या आळंब्या खायच्या नसतात. त्यातल्या काही विषारी असतात. तू काळजी घे. आम्हाला विचारल्याशिवाय एकही गोष्ट खाऊ नकोस."

अनुष्काला रानात अजून खूप भटकायचं होतं. जणू काही या ठिकाणी एक नवीन जगच तिच्यासमोर उलगडलं होतं. सगळे जरा निवांत बसल्यावर महादेवनं सर्वांना पाणी प्यायला दिलं. फळं खायला दिली. पण आजीनं दिलेल्या डब्यातलं काहीच अनुष्काला नको होतं. तिला रानटी बोरांनी लगडलेलं एक झुडुप दिसलं. ती म्हणाली, "मी तिकडे जाऊन ती बोरं तोडू?"

"ठीक आहे. पण जरा जपून, अनुष्का. वाटेत बघ केवढा चिखल आहे. सांभाळून जा," असं म्हणून महादेव डबा खायला बसला.

अनुष्का त्या चिखलातून सावकाश वाट काढत त्या झुडपाकडे जाऊ लागली; पण त्या झुडपाच्या जवळ पोहोचण्याआधीच ती एकदम घाबरली. तिचे बूट चिखलात रुतले होते. तिनं खूप जोर करून एक पाय उचलण्याचा प्रयत्न केला; पण तिला ते जमेना. काही सेकंदातच ती खोल खोल जाऊ लागली. आता तिच्या घोट्यापर्यंतचे पाय चिखलात रुतले होते. ती बाहेर पडायचा जेवढा जास्त प्रयत्न करू लागली, तशी ती अधिकाधिक खोलवर रुतू लागली.

अखेर ती जोरात ओरडली, "मेधा, महादेव, माझ्या मदतीला या, मी या चिखलात रुतत चालले आहे."

ते ऐकून सगळे जोरात पळत आले. महादेवनं सर्वांना चार पावलं दूरच थांबवलं, "हे बघा, तुम्ही सगळे इथंच थांबा. एक पाऊलसुद्धा पुढे टाकू नका. एक एक करून जर का तुम्हीसुद्धा चिखलात रुतलात ना, तर मग मी तुम्हाला सगळ्यांना काही बाहेर काढू शकणार नाही. ऐका, मी आता अनुष्काचा हात धरून तिला बाहेर ओढणार आहे. तर तुम्ही

सर्वांनी जोर लावून मला मागे खेचा, म्हणजे आपण तिला बाहेर काढू शकू.''

बऱ्याच प्रयत्नांनंतर महादेवनं एकदाचं अनुष्काला बाहेर काढलं; पण तिचे बूट मात्र चिखलात रुतलेलेच राहिले. अचानक अनुष्काचं लक्ष तिथल्या चिखलाकडे गेलं. ती त्या चिखलातून बाहेर पडली असूनसुद्धा तो चिखल आत आत एका विवरात पडावा तसा पडत चालला होता. हे असं का होतंय, हे काही तिला समजेना.

अचानक ती म्हणाली, ''एक मिनिट थांबा. या ठिकाणी आतमध्ये नक्कीच काहीतरी असणार. नाहीतर हा चिखल असा खोलवर कुठे पडत राहिला असता? पण आत नक्की आहे तरी काय? आपल्याला दिसत का नाहीये?''

''कम ऑन, अनुष्का. तू काय वेडीबिडी झाली आहेस का?'' मेधा म्हणाली.

''प्लीज मेधा, या ठिकाणी आत नक्की काय आहे, ते बघू दे तरी मला.''

''अगं, कदाचित नुसता खड्डा असेल,'' आनंद म्हणाला, ''रानात जागोजागी असे खड्डे असतात. आता आपण दर ठिकाणी थांबून असं बघत राहिलो, तर आपण नदीकाठी कधीच पोहोचू शकणार नाही.''

पण अनुष्काचं त्यांच्या कोणाच्याच बोलण्याकडे अजिबात लक्ष नव्हतं. अचानक तिला स्वतःच्या बुटांची आठवण झाली, ''मला माझे बूट परत मिळालेच पाहिजेत. नाहीतर मी चालू कशी?''

''पण अनुष्का, ते बूट किती घाण झाले आहेत. आणि मी काही आता ते बूट आणायला परत त्या चिखलात जाणार नाही हं,'' महादेव म्हणाला. तो जरासा वैतागलेला दिसत होता.

अनुष्का त्याला बाजूला करून पुढे गेली. ती अनवाणी पायांनी तिच्या बुटांच्या दिशेनं चालू लागली. ते बूट एका दगडाखाली अडकल्याचं पाहून ती त्यापासून थोड्या अंतरावर थांबली. ''तुम्ही सर्व जण हा दगड बाजूला करण्यात मला मदत करता का? म्हणजे मला माझे बूट काढता येतील,'' ती महादेवकडे बघत म्हणाली. सर्वांच्यात तोच जास्त ताकदवान होता.

''अनुष्का, अगं हा दगड फारच मोठा आहे. शिवाय मला परत त्या चिखलात यायचं नाहीये.''

"महादेव, इकडे बघ ना. तो चिखल त्या खड्ड्यात किती वेगानं कोसळतोय. आता आपण आणखी काही वेळ थांबलो, तर माझे बूटसुद्धा त्यात पडतील," अनुष्का आग्रही स्वरात म्हणाली.

अखेर ती स्वतःच जमिनीवर पालथी पडली आणि तिनं बूट जोरात स्वतःकडे ओढले. तिचे कपडे सगळे चिखलानं भरले; पण तिला त्याची फिकीर नव्हती. तिला फक्त तिचे बूट परत हवे होते, बस! महादेवनं तिचे दोन्ही पाय घट्ट पकडले. तो जोरात म्हणाला, "हं, ओढ अनुष्का. आम्ही तुला घट्ट पकडलंय." आता राहिलेली तीन मुलंसुद्धा महादेवच्या मदतीला धावली. सर्वांनी मिळून अनुष्काला घट्ट पकडून धरलं. ती सर्व ताकदीनिशी ते बूट स्वतःकडे ओढू लागली.

"हर हर महादेव!" अनुष्का ओरडली.

अमित म्हणाला, "दम लगा के हैशा!"

आता तो दगड अगदी हळू सरकला आणि अनुष्कानं हातांनी बुटांना घट्ट पकडलं. महादेव आणि मुलं तिला मागे खेचू लागली. आता तो दगड डुगुडुगू हलू लागला आणि क्षणार्धात तोही त्या विवरात पडून लुप्त झाला.

अनुष्का जिथे होती तिथेच स्तब्ध थांबली.

महादेव आणि इतर मुलं स्वतःचे चिखलाने माखलेले हात झटकून साफ करू लागली.

"आता पटकन आपण इथून निघू," मेधा म्हणाली.

"नाही नाही. आत्ता आपण कुठेही जायचं नाही हं," अनुष्का म्हणाली. तिनं आपल्या बॅगपॅकमधून एक टॉर्च बाहेर काढून लावला, "या जमिनीच्या पोटात नक्की काहीतरी दडलंय. हा काही नुसता खड्डा नाहीये. मला नक्की ठाऊक आहे. मी तिथे जाऊन स्वतःच बघणार आहे."

"अनुष्का, तुला आजी रोज वेगवेगळ्या गोष्टी सांगत असते, याची मला कल्पना आहे. कथाकथनात तर तिचा हातखंडाच आहे. अख्ख्या गावालाच तिच्या तोंडून वेगवेगळ्या गोष्टी ऐकणं आवडतं. पण त्याचा अर्थ असा नव्हे, की या दगडाच्या खाली जमिनीच्या पोटात कुण्या राजकन्येचा राजवाडा दडला असेल," मेधा म्हणाली.

"हे बघ, याचा आजीशी आणि तिच्या गोष्टींशी काहीही संबंध नाही," असं म्हणत अनुष्कानं दुरून त्या खड्ड्याच्या तोंडाशी टॉर्चचा

प्रकाशझोत टाकला. "हे बघा, मला इथे एक वाट दिसतेय. मी या वाटेनं खाली जाऊन पाहणार आहे."

"तुला काय वेड लागलंय का गं? तिथे खाली साप असतील. मला भीती वाटते!" मेधा म्हणाली.

"हा खड्डा नक्की कुठे जाऊन संपतो हे देवच जाणे. आणि जर समजा आपण आत अडकलो, तर आपल्याला बाहेर कोण काढणार?" अमित म्हणाला.

"यातून काहीही प्रकरण निघू शकतं. मला तरी बाबा नसत्या फंदात पडायचं नाही," आनंद म्हणाला.

पण जर अनुष्कानं एखादी गोष्ट करायची ठरवली, तर तिला कुणीच परावृत्त करू शकत नसे. तिनं आर्जवी नजरेनं महादेवकडे पाहिलं, "तू जर मला मदत केलीस ना, तर मी आत जाईन. मी जर आत अडकून बसले, तर मेधा, अमित आणि आनंद यांना माझ्या मोबाइल फोनवरून घरी फोन करून मदत मागता येईल. आणि समजा इथे नेटवर्क नसेल, तर ते पळत गावात जाऊन सर्वांना बोलावून इकडे घेऊन येऊ शकतीलच. महादेव, तू माझ्याबरोबर खाली उतरून यावंस, अशी माझी इच्छा आहे. पण तुला जर नसेल यायचं, तर हरकत नाही. मग मी एकटीच आत जाईन. तू इथे थांब आणि बाहेर यायच्या वेळी मला मदत कर."

तिच्या डोळ्यांतला निर्धार महादेवला स्पष्ट दिसला. तिला या रानातील झाडं, प्राणी, पक्षी यांच्याविषयी फारशी माहिती नसेलही; पण ती साहसी होती. तिला नवनवीन गोष्टी करून पाहण्याची आवड होती. अज्ञाताचा शोध घेण्याची आवड होती. 'वाइटात वाईट काय होईल?' महादेवनं मनात विचार केला, 'आम्ही दोघं त्या खड्ड्यात अडकून पडू.'

तो अनुष्काकडे पाहून हसला. "मी तुला नक्की मदत करीन. पण आपण हे सगळं जरा नीट विचारपूर्वक करू," तो म्हणाला.

त्यानं आजूबाजूला नजर फिरवली. त्याला एक भक्कम लाकडी फांदी सापडली. ती वापरून त्यानं तो दगड त्या खड्ड्यात ढकलला. तो जोरात आत पडून भलामोठा आवाज झाला. त्या सोबत आणखी थोडा चिखलसुद्धा आत पडला. मग महादेवनं आणखी मोठ्या दोन फांद्या आणल्या. त्या हातात घेऊन तो जपून, सावधपणे त्या खड्ड्यात

उतरला. त्यात उतरल्यावर पुढचा रस्ता शोधण्यासाठी किंवा नंतर परत वर चढून बाहेर येण्यासाठी त्या फांद्यांचा नक्कीच उपयोग झाला असता. अनुष्का आत्मविश्वासानं बॅगपॅक पाठीला लावून त्याच्या मागोमाग आत उतरली. ते दोघं एका जिन्याच्या पायरीवर उभे असल्याचं त्यांच्या लक्षात आलं.

त्यांनी समोर पाहिलं तर ती एक गुहा असावी, असंच दिसत होतं. अनुष्का छोटी असल्यामुळे त्या गुहेत फक्त तिलाच जाणं शक्य होतं. तिनं पाठीची बॅगपॅक काढून अंग जमेल तेवढं आक्रसून त्या लहानशा गुहेच्या तोंडातून आत शिरण्याचा प्रयत्न केला. महादेव तिच्यावर नजर ठेवून थांबला होता. "अनुष्का, सांभाळून हं. आतमध्ये काय आहे, ते आपल्याला माहीत नाहीये. तुझ्याकडे आणखी एखादा टॉर्च किंवा काड्यापेटी आहे का?"

अनुष्काला तिच्या बॅगपॅकमध्ये असलेली काड्याची पेटी आणि मोबाइल फोनची आठवण झाली. ती हळूच म्हणाली, "अरे, आता फक्त मागे वळता येत नाहीये. तेव्हा तुलाच मला मदत करावी लागेल. माझी बॅग उघडून काड्यापेटी बाहेर काढून पेटव किंवा माझा टॉर्च वापर. माझ्या बॅगेत एक घडीची काठी आहे. ती तेवढी मला दे. मी काठी वापरून जमिनीत छोटी भोकं करून बघते. तो चिखल जर बाजूला होऊ शकला तर कदाचित माझ्या मागोमाग तुलासुद्धा आत येता येईल."

महादेवनं ती काठी काढून अनुष्काच्या हातात दिली. तिनं काठीनं ठोकून त्या गुहेचं तोंड मोठं केलं आणि महादेवला आत शिरण्यासाठी जागा निर्माण झाली. त्यांनी काड्यापेटीमधील काडी ओढून त्या प्रकाशात आत काय दिसतंय, ते पाहिलं. आत एका कडेला एक काळा खांब होता. टॉर्चचा प्रकाश त्यावर टाकून त्यांनी त्या खांबाकडे नीट निरखून पाहिलं. तो खांब पूर्णपणे दिसू शकत नव्हता; पण त्याचा जेवढा भाग दिसत होता, त्यावर अतिशय सुंदर कोरीवकाम केलेलं होतं. तो खांब चिखलानं, वाळूनं आणि दगडांनी माखलेला होता.

त्यांनी आणखी पुढे जाऊन पाहण्याचा प्रयत्न केला; पण त्यांना पुढे जायला वाट नव्हती.

अखेर अनुष्का म्हणाली, "हे सगळं आपण इथे आपल्या जिवावर

करू शकणार नाही; महादेव. आपण असं करू या, आपण ज्या भोकातून आत उतरलो, ते भोक आपण मोठं करता आलं तर पाहू. म्हणजे अमित, आनंद आणि मेधा यांनासुद्धा आत उतरता येईल.''

अनुष्का हळूहळू चालत त्या खड्ड्याच्या बाहेर पडण्याचा प्रयत्न करू लागली. तिनं डोकं वर काढून पाहिलं, तर अमित, आनंद आणि मेधा एका झाडाखाली बसून होते. त्यांच्या चेहऱ्यावर काळजी स्पष्ट दिसत होती; पण अनुष्काच्या हसऱ्या चेहऱ्याकडे लक्ष जाताच ती सुरक्षित असल्याचं पाहून त्यांच्या जिवात जीव आला. फक्त तिचा चेहरा सगळा चिखलानं माखला होता. ते तिघंही पटकन उठून तिच्याजवळ आले. त्यांनी तिला हात देऊन बाहेर काढलं. तिच्या पाठोपाठ महादेवसुद्धा बाहेर आला.

अनुष्का आनंदानं म्हणाली, ''आम्ही खाली एक सुंदर कोरीवकाम केलेला खांब पाहिला. तिथे असले आणखी खांब नक्की असतील.''

''खरंच का गं? ए मग मला पण पाहायचाय,'' अमित म्हणाला.

''पण आणखी पुढे जाऊन पाहायचं, तर आपल्याकडे त्यासाठी लागणारी हत्यारं पाहिजेत हं,'' महादेव म्हणाला.

''मला हे सांगा, आपण शेतापासून किती दूर आहोत?'' अनुष्का म्हणाली.

''जास्त दूर नाही. तो छोटा ओढा दिसतोय ना? त्याच्या पलीकडेच शेत आहे,'' महादेव म्हणाला, ''मी तिकडे जाण्यासाठी जवळचा रस्ता दाखवीन.''

''पण आधी आपण हा अंगाला लागलेला चिखल धुऊन साफ करू या. आपण एकदा शेतात पोहोचलो ना, की मी तुम्हाला तिथल्या खोलीत घेऊन जाईन. तिथे आजोबा शेतीकामाला लागणारी सगळी अवजारं ठेवतात. टोपल्या, केरसुण्या, कुदळ, फावडं आणि दोर. त्यातलं काही सामान आपण इकडे घेऊन येऊ. आपण इथे काय करणार आहोत, हे आजोबांना किंवा आजीला इतक्यातच नको हं सांगायला. कारण ते आपल्याला थांबवतील. काही करू देणार नाहीत. मी या सगळ्याविषयी आज संध्याकाळी आजी-आजोबांना सांगीन. मग तुम्हाला सगळ्यांना हा बेत पटलाय ना? हे काम आपलं आपणच करायचं ना?''

सगळे एकमेकांकडे बघू लागले. अनुष्काच्या त्या प्रश्नाला काय उत्तर द्यावं, तेच त्यांना कळत नव्हतं.

अनुष्कानं सगळी सूत्रं हातात घेतली. ती ठामपणे म्हणाली, "आता तुम्ही सगळ्यांनी माझं ऐका. आणि मुळीच घाबरू नका. आपल्याला काहीही होणार नाही. चला, आपण एक साहसी कृत्य करणार आहोत ना?"

मुलांनी जवळच्या वाटेनं शेताकडे जायचं ठरवलं. ती चालत चालत ओढ्यापाशी जाऊन पोहोचली. कालच्या पावसामुळे पाणी त्यांच्या गुडघ्यापर्यंत आलं होतं. त्या सर्वांनी आधी डुबकी मारून अंगावरचा चिखल स्वच्छ केला. मग तो ओढा ओलांडून ती मुलं शेतावर पोहोचली. अनुष्का म्हणाली ते खरंच होतं. तिथं भरपूर अवजारं उपलब्ध होती. त्यांनी हवं ते सगळं सामान घाईघाईनं उचलून घेतलं आणि ते पुन्हा चालत त्या खड्ड्याकडे परत गेले.

दुपारचे दोन वाजायला आले होते. आकाशात सूर्य तळपत होता. आपले आजी-आजोबा दिवसभर कामात असणार, त्यामुळे आपल्याला इथं कितीही वेळ लागला तरी कुणाच्या काही लक्षात येणार नाही, याची अनुष्काला खात्री होती.

महादेवनं सुचवलं, "आपण सर्वांनी मिळून काम केलं, तर जास्तीत जास्त दोन ते तीन तास लागतील."

त्यानं कुदळ घेऊन खड्ड्याच्या तोंडापाशी असलेला चिखल उकरून काढायला सुरुवात केली. महादेव खूप भराभर काम करत होता. केवळ अर्ध्या तासातच आत शिरण्याचं भोक बरंच मोठं झालं. आता ते सर्व जण आत उतरून जाऊ शकत होते. ते जेव्हा खड्ड्यात उतरून पुढे गेले, तेव्हा त्यांना आणखी एक खांब दिसला. त्याचासुद्धा अर्धाच भाग वर होता. बाकीचा भाग पुरलेला होता.

महादेव म्हणाला, "मी इथली घाण काढतो. तुम्ही सगळे जरा लांब उभे राहा. मी सगळी माती आणि खडवण खड्ड्याबाहेर टाकतो."

महादेव आधी आत शिरला. त्याच्या पाठोपाठ अनुष्का, मग अमित, मग मेधा आणि सर्वांत शेवटी आनंद आला. अनुष्कानं एक मेणबत्ती पेटवून तिथल्याच एका दगडावर ठेवली. मेणबत्तीच्या मंद प्रकाशात महादेवनं फावड्यानं तिथलं खडवण एका घमेल्यात भरून ते

घमेलं अनुष्काकडे दिलं. तिनं ते अमितला दिलं. अमितनं मेधाकडे आणि मेधानं ते आनंदकडे सोपवलं. आनंदनं त्यातील दगड-माती बाहेरच्या बाजूला फेकून दिली. असं त्या सर्वांनी सुमारे दोन तास त्या खड्ड्याच्या साफसफाईचं काम केलं. शेवटी मुलांना समोर तीन पायऱ्या दिसल्या.

हळूहळू बाहेर अंधार होऊ लागला. सगळे खड्ड्यातून बाहेर आले. सर्वांचं अंग चिखलमातीनं भरलं होतं. "मी अशी कशी घरी जाऊ? आई मला हजार प्रश्न विचारेल," मेधा म्हणाली.

"मेधा, काळजी नको करू. आपण आधी ओढ्यावर जाऊन सगळा चिखल साफ करू. आपण घरी पोहोचेपर्यंत आपले कपडे वाळून जातील," अनुष्का म्हणाली.

"वारा सुटला तर अगदी लवकरच कपडे वाळतील," आनंद म्हणाला.

सर्व जण ओढ्यावर जाऊन साफसूफ झाले.

नंतर गावाकडे परत जात असताना अनुष्का सर्वांना म्हणाली, "आपण आजच्या सारखंच उद्यापण इथे येऊन तिथली साफसफाई करायची का?"

"पण तुला हे असलं सगळं कशासाठी करायचंय?" अमित म्हणाला.

"हे इतकं मोठं काम आपण पाच जणं नाही करू शकणार," आनंद म्हणाला.

"आम्ही आज हे सगळं केलं, कारण तू हट्टच धरून बसली होतीस; पण हे सगळं करून आपल्याला काय मिळणार आहे?" मेधा म्हणाली.

"मी आजीकडून एक गोष्ट ऐकली आहे. आपल्या गावाच्या जवळपासच कुठेतरी एक पायऱ्या असलेली विहीर आहे. त्यानंतर आजोबांनी आणि आनंदच्या वडिलांनी त्या विहिरीविषयी थोडीशी वेगळी कथा मला सांगितली. कदाचित सगळे ज्या पायऱ्यांच्या विहिरीबद्दल बोलत असतात, ती हीच असेल. आपण जर उत्खनन करून ती शोधून काढली, तर ती किती मोठी गोष्ट होईल, नाही का?"

"इथे तसली पायऱ्यांची विहीर आहे की नाही, हे काही मला माहीत नाही; पण आपण लहान मुलं आहोत. हा इतका मोठा प्रकल्प

काही आपण एकट्यानं निभावून नेऊ शकत नाही. तेव्हा मला वाटतं, आपण मोठ्या माणसांना विश्वासात घेऊन सगळं सांगायला हवं,'' आनंद म्हणाला.

''हो. मलाही असंच वाटतं,'' महादेव म्हणाला, ''माझ्या अंगात ताकद आहे आणि माझी स्वतःची कितीही मेहनत करण्याची तयारी आहे, हे जरी खरं असलं तरी हे जमिनीच्या पोटात गाडले गेलेले भग्नावशेष फारच मोठे आहेत. हे खोदकाम करून बाहेर काढणं हे एकट्या-दुकट्याचं काम नाही.''

''आणि दुसरं म्हणजे, आपण तिथे खणत असताना खडकांखाली विषारी साप दडून बसलेले असले तर? ते वळवळत बाहेर आले, तर मग काय करणार आपण?'' मेधा म्हणाली.

''त्यापेक्षा आपण काहीतरी करून बुलडोझर मागवला आणि इथं उत्खनन केलं तर?'' अमित म्हणाला. त्यानं त्याच्या दिल्लीच्या घराच्या परिसरात अनेकदा बुलडोझर्स पाहिले होते.

''अरे बाबा, इथे धड चालायलासुद्धा जागा नाही, तर बुलडोझर कुठून येणार इथे?'' महादेव हसत म्हणाला.

''तसं जर असेल ना, तर आत्ता लगेच या प्रकाराविषयी तुम्ही कुणीही तुमच्या घरी काहीच सांगू नका,'' अनुष्का म्हणाली. ''आधी मी स्वतः याबद्दल आजोबांशी बोलते. आपण नेमकं काय पाहिलं, ते त्यांना सांगते. माझा त्यांच्यावर पूर्ण विश्वास आहे. ते विनाकारण माझी कोणतीही विनंती धुडकावून लावणार नाहीत, एवढं अगदी नक्की.''

अखेर ते सर्व जण घरी पोहोचले. ते नदीवर गेले होते, असंच घरच्यांना वाटत होतं. त्यामुळे त्यांच्या अंगातले कपडे जरासे भिजलेले असल्याचं पाहूनसुद्धा कुणालाही काहीच वाटलं नाही.

अनुष्कानं घरी जाऊन अंघोळ करून कपडे बदलले. संध्याकाळी आजी तिचा जप करायला बाजूच्या खोलीत गेल्याचं पाहताच लगेच अनुष्का आजोबांजवळ जाऊन बसली. ते दिवसभर शेतावरच होते. तिथली साफसफाईची कामं करून घेऊन ते थकले होते. आरामखुर्चीत निवांत बसले होते.

तिला पाहताच ते म्हणाले, ''अगं अनुष्का, आपल्या शेतातला सगळा भाजीपाला या पावसानं वाहून गेला गं. नारळाची आणि केळीची

झाडंपण वादळी वाऱ्यानं उन्मळून पडली आहेत. आंब्यांचं केवढं नुकसान झालं आहे. झाडावर खूप कमी आंबे शिल्लक उरले आहेत; पण इतक्या कैऱ्या पडल्या आहेत, की तुझ्या आजीनं जर त्यांचं लोणचं घातलं ना, तर अख्ख्या गावाला पुढची कित्येक वर्षं ते पुरेल!'' आजोबा स्वतःच केलेल्या विनोदावर मोठ्यांदा हसले; पण शेताचं अतिशय वाईट तऱ्हेनं नुकसान झालं होतं, ही गोष्ट खरीच होती.

''आजीच्या बागेतील मोगरा आणि चाफा आहे ना? की त्यांचंही नुकसान झालं?'' अनुष्कानं काळजीनं विचारलं.

''आश्चर्य असं, की ती दोन्ही आहेत. या अशा प्रलय परिस्थितीत लहानसहान गोष्टी कशा काय शिल्लक उरतात, ते एक कोडंच आहे.''

''आजोबा, मला तुमच्याशी काहीतरी बोलायचंय; पण तुम्ही मला रागावायचं नाही हं,'' अनुष्का म्हणाली. तिनं एक दीर्घ श्वास घेतला आणि दिवसभरात ज्या काही घटना घडल्या, त्या सगळ्या तिनं क्रमवार त्यांना सांगितल्या.

आजोबांना आश्चर्याचा धक्का बसला. ते म्हणाले, ''अनुष्का, तुम्ही सर्वांनी खरोखरच एक मोठं काम केलंय. फार वाखाणण्याजोगं काम केलंय. पण याविषयी तुम्ही आणखी कुणाकुणाला सांगितलंय?''

''कुणालाही नाही. फक्त महादेवला आणि माझ्या मित्र-मैत्रिणींना ही गोष्ट माहीत आहे. आणि आत्तापर्यंत आम्ही कुणालाच सांगितलेलं नाही. फक्त मी आत्ता तुम्हाला सांगितलं.''

''हो ना? मग तसंच ठीक आहे. आता तुम्ही कुणालाच काही बोलू नका. मी लगेच गावच्या सरपंचांना बोलावून घेतो. तुला हनुमेगौडा माहीत आहेत ना? तर तुम्हाला जो काही शोध लागलाय, त्याविषयी मी त्यांना सर्व काही सांगतो. मी शंकर मास्तरांनापण सांगतो. ही खरंच खूपच मोठी गोष्ट आहे हं,'' आजोबा म्हणाले. ते आता खूप उत्साहात आले होते.

एव्हाना आजीचा जप संपला होता. ती बाहेर आली. आजोबांचं बोलणं ओझरतं तिच्या कानी पडलं. ती म्हणाली, ''काय हो? तुम्ही कशाविषयी बोलताय? तुम्ही हनुमेगौडा आणि शंकर मास्तरांना कशासाठी बोलावून घेत आहात? तेही आता? या वेळी? काही महत्त्वाचं काम आहे का? नक्की काय घडलंय?''

"हो, तसंच काहीतरी घडलंय. आज रानात तुझ्या नातीला भग्नावशेष सापडले आहेत. ते एखाद्या पुरातन मंदिराचे असतील किंवा कदाचित पायऱ्यांच्या विहिरीचेसुद्धा असू शकतील. ही पायऱ्यांच्या विहिरीची गोष्ट म्हणजे केवळ दंतकथा आहे, असं मला वाटायचं; पण आता माझं मलाच काही नीट कळेनासं झालंय."

हे सगळं ऐकून आजीच्या उत्साहाला तर उधाणच आलं, "मला वाटलंच होतं. मला वाटलंच होतं, की कधी ना कधीतरी ती पायऱ्यांची विहीर आपल्याला सापडणार!" आजी उत्साहाच्या भरात तिन्हीसांजेचा देवापुढे दिवाच लावायला विसरली.

जरा वेळातच शंकर मास्तर आणि हनुमेगौडा घरी आले. आपल्या वडिलांसोबत आनंदही आला. महादेवतर घरीच होता. आजीला मदत करत होता.

मग सगळे ओसरीवर गप्पा मारत बसले.

हनुमेगौडा सरपंच असले तरी ते तरुण होते. त्यांचं वय चाळिशीच्या घरात होतं. ते उच्चशिक्षित असले तरीही त्यांनी शहरात नोकरी न धरता सोमनहळ्ळीमध्ये ग्रीनहाउस सुरू केलं होतं. ते विविधरंगी जर्बेरा आणि ग्लॅडिओलसच्या फुलांची शेती करून ती फुलं बंगळुरूला पाठवत. त्याचप्रमाणे आपल्या वडिलांच्या शेतीचीही ते देखभाल करत. त्यांना धंद्याची जाण फार उत्तम होती. त्यांच्याच प्रयत्नांमुळे हवेरीपासून आठवड्यातून तीन वेळा गावात बससेवा सुरू झाली होती. त्यांनीच पुढाकार घेऊन गावातील प्रत्येक घरात शौचालय बांधून घेतलं होतं. आजोबांना त्यांच्याविषयी खूप आदर होता.

"हं, तर अनुष्का आता आज दिवसभरात काय काय घडलं, हे सगळं अगदी नीट सविस्तर सांग पाहू," आजोबा म्हणाले.

मग अनुष्कानं पुन्हा एकदा पहिल्यापासून सर्व काही सांगितलं. महादेव आणि आनंदसुद्धा तिथेच असल्यामुळे मधून मधून तेही तिच्या बोलण्यात थोडीफार भर घालत होते.

अनुष्काचं सगळं सांगून झाल्यावर शंकर मास्तर म्हणाले, "जर का ते भग्नावशेष असतील, तर पुरातत्त्व विभागाला या गोष्टीची फोन करून माहिती द्यावी लागेल. मग त्यांची तुकडी इथे येऊन ते भग्नावशेष तपासून पाहतील. पण या सगळ्याला खूप वेळ लागेल."

“पण हे गाव आपलं. ही जमीन आपली. इथं सापडलेले भग्नावशेषसुद्धा आपलेच. कुणीतरी लांबून पुरातत्त्व विभागातून येऊन आपल्याला मार्गदर्शन करावं, म्हणून आपण किती वेळ वाट बघत बसणार? हे लोक आरामात उशिरा येणार. त्यापेक्षा आपण निदान कामाला सुरुवात तर करू या,” हनुमेगौडा उत्साहानं म्हणाले.

“हे खरं आहे. पण तरीही त्यांना कळवणं हे तर आपलं कर्तव्य आहे. तसं आपण प्रत्यक्ष अवशेषांना धक्का न लावता बाहेरच्या बाजूनं खोदकामाला प्रारंभ करू शकतो. फक्त पुरातन अवशेषांना जराही हानी पोहोचून चालणार नाही. तसं करणं हा कायद्यानं गुन्हा आहे.”

“शिवाय आपल्याला असे काही भग्नावशेष सापडले असल्याची बातमी जर का सर्वत्र पसरली ना, तर आपल्याला गुप्तधनाचा साठा सापडला आहे, अशी लोकांची समजूत होऊ शकते.” हनुमेगौडा म्हणाले. ते या परिस्थितीचा सर्व अंगांनी खोलवर विचार करत होते. “काही अनाहूत मंडळी पैशाच्या लोभाने गुपचूप येऊन इथे जमीन खणायला सुरुवात करतील आणि त्या अवशेषांची हानी होईल. आपल्या या गावात चारशे घरं आहेत. आपण गावच्या जास्तीत जास्त लोकांशी बोलू, त्यांना विश्वासात घेऊन सगळं सांगू. त्या ठिकाणी पहारा देण्यासाठी थोड्या मजबूत लोकांची नेमणूक करू. या संपूर्ण प्रकल्पामधून गावचा काही आर्थिक फायदा होईलच असं मुळीच सांगता येत नसल्याची आपण गावकऱ्यांना आधीच स्पष्ट कल्पना देऊ. पण काही झालं, तरी आता हे स्थळ ऐतिहासिकदृष्ट्या अत्यंत महत्त्वाचं बनणार आहे, हेही आपण त्यांना सांगू. हे स्थळ आपल्या गावात असेल, आपल्या मालकीचं असेल. त्यामुळे आपल्याला त्याचा अभिमान वाटला पाहिजे. त्या ठिकाणी खरंतर गुप्तधनाचा साठा वगैरे सापडण्याची काहीही शक्यता नाही. पण समजा तसा काही सापडलाच, तरीही सध्याच्या कायद्यानुसार आपल्याला ते धन सरकारच्या हवाली करावं लागेल आणि तसंच आपण करू.”

अचानक हनुमेगौडा उठून उभे राहिले. त्यांचा आवाजच बदलला होता. ते म्हणाले, “शंकर मास्तर, आता या प्रकल्पाचं नेतृत्व तुम्हीच करा. पुरातत्त्व खात्याची माणसं इथे येऊन दाखल होईपर्यंत सगळी जबाबदारी तुम्हीच सांभाळा. आम्ही इथे चोवीस तास पहारा देण्याची

व्यवस्था करतो. रात्रीच्या वेळी तर आपण दुप्पट फौज लावू.''

आजी मध्येच म्हणाली, ''पण काय हो? तुम्हाला खरंच असं वाटतं का, की तिथे पायऱ्यांची विहीर असेल?''

''ते तर आता निश्चितपणे कुणीच सांगू शकणार नाही,'' शंकर मास्तर म्हणाले, ''या मुलांना जरी असं वाटत असलं, की तिथे पायऱ्या होत्या, तरी प्रत्यक्षात तसंच काही असेलच, असं नाही. कदाचित एखाद्या खडकाचा सपाट पृष्ठभागसुद्धा असेल तो. आपल्याला पुरेशी माहिती मिळाल्याशिवाय आपण घाईनं कोणताच निष्कर्ष न काढलेलाच बरा.''

''पण आपण कामाला सुरुवात कधी करायची?'' आजोबा म्हणाले.

''आपण उद्याच सुरुवात करू,'' हनुमेगौडा म्हणाले. ''शंकर मास्तर, नक्की पुरातत्त्व विभागाच्या नक्की कोणत्या शाखेला आपण फोन करायचा, हे तुम्ही शोधून काढा. शिवाय तिथल्या नक्की कोणत्या व्यक्तीशी आपण बोलायचं? एकदा तुम्ही ही माहिती काढलीत, की मग मी फोन करून त्यांच्याशी बोलेन.''

त्यावर आजोबा म्हणाले, ''जर बंगळुरू शाखेशी काही काम असलं, तर मी माझ्या मुलाला फोन करीन. त्याला आणखी माहिती काढायला सांगीन.''

''मी जरा गुगलवर सर्च करून शोधून काढतो. मी आता लगेच घरी जाऊन इंटरनेटवरच बसतो,'' शंकर मास्तर उठून उभं राहत म्हणाले.

''आणि हो, तुमच्या घरचं इंटरनेट जर चालू नसेल ना, तर लगेच मला कळवा हं. मी तुम्हाला तालुक्याच्या सायबर कॅफेमध्ये घेऊन जाईन. तिथं नक्की चालू असेल. आपल्याला आता झटपट कामाला लागलं पाहिजे,'' हनुमेगौडा म्हणाले.

सगळे आपापल्या घरी गेले. आज कुणालाच भूक नव्हती. उत्साहामुळे कुणालाच दुसरं काही सुचत नव्हतं.

आजोबांनी लगेच अनुष्काचे वडील डॉ. शेखर यांना फोन केला, ''बेटा, अरे बंगळुरूच्या पुरातत्त्व विभागात तुझ्या ओळखीचं कुणी आहे का रे?''

''अप्पा, अहो तुम्ही काहीतरीच काय विचारताय? मी काय इतिहासाचा विद्यार्थी आहे का? आणि मी तर इथल्या वस्तुसंग्रहालयांकडे फिरकतसुद्धा

नाही. मग मला तिथलं कुणी कसं काय माहीत असणार?''

"अरे, तुझ्या स्वतःच्या ओळखीचं नसेल समजा कुणी; पण तुझे इतके पेशंट्स आहेत त्यांच्यापैकी कुणाची काहीतरी ओळख निघेलच की,'' आजोबा म्हणाले.

"पण कशासाठी? एवढं काय झालंय?''

त्यावर आजोबांनी त्या दिवसभरात घडलेल्या सर्व घटना त्यांना सविस्तर सांगितल्या. त्यावर डॉ. शेखर वैतागून म्हणाले, "पण अप्पा, मुळात तुम्ही अनुष्काला तिच्या मित्रमंडळींबरोबर त्या तसल्या ठिकाणी पाठवलंतच कसं? तिला जर काही झालं असतं तर?''

"हे बघ शेखर, अनुष्काला स्वतःची मतं, स्वतःचे विचार आहेत. तिला आपण असं बंधनात अडकवून नाही ठेवू शकत. तिला मुक्तपणे जगात वावरण्यापासून थांबवू नाही शकत. तू उगाच काहीतरी अव्यवहारी विचार करू नको. तिला ज्ञानसंपादन करायचं आहे, नवनवीन गोष्टी शिकून घेण्याची तिला आवड आहे. तिला स्वतंत्र बुद्धीनं ते करायला आवडतं. इथं सर्वांनाच आज तिचा किती अभिमान वाटतोय, माहीत आहे?''

अनुष्का एका बाजूनं आजोबांचं आपल्या वडिलांशी चाललेलं बोलणं ऐकत होती. तिनं त्यांच्याकडून फोन घेतला. ती आपल्या वडिलांना म्हणाली, "डॅड, तुम्ही माझी काहीही काळजी करू नका. आणि तुम्ही आजोबांवर तर मुळीच चिडू नका. मी काही तिथं एकटी गेले नव्हते. माझ्याबरोबर आणखी चार मित्रमंडळी होती. कुठल्याही उन्हाळी शिबिराला जाण्यापेक्षा इथं येऊन सुट्टी घालवताना मला किती मजा येतेय सांगू! रानं, प्राणी, पक्षी, झाडं, झुडपं, फुलं, पानं या सगळ्याविषयी इथं कितीतरी शिकायला मिळालं मला. इथं माझा प्रत्येक दिवस खूप आनंदात जातो. डॅड, तुम्ही प्लीज आजोबांना मदत करा ना. आम्ही जे काही शोधून काढलंय, ती खरंच पायऱ्यांची विहीर असायला हवी, असं मला मनापासून वाटतंय.''

"अगं, तू काय बोलते आहेस? कसल्या पायऱ्या? कसली विहीर?'' डॉ. शेखर यांना ती काय बोलतेय तेच समजत नव्हतं.

आजीनं अनुष्काकडून फोन काढून घेतला. ती म्हणाली, "शेखर, यातलं तुला काहीच कळणार नाही, कारण तू कशावरच विश्वास ठेवत

नाहीस. पण ते भग्नावशेष खरोखरच पायऱ्यांच्या विहिरीचे निघाले ना, तर मग अनुष्कानं या गावासाठी किती मोठं काम केलंय, हे तुला समजेल. त्यामुळे पुरातत्त्व विभागात या ना त्या मार्गानं काहीतरी ओळख काढून तिथल्या व्यक्तीशी तुझ्या वडिलांची लवकरात लवकर तू गाठ घालून दे बघू. ते फार बरं होईल.''

अनुष्कानं तिच्या हातून परत फोन काढून घेतला, ''डॅड, या महिन्यात माझा वाढदिवस आहे. तुमच्याकडून मला एक भेट हवी आहे. तुम्ही प्लीज नाही म्हणू नका हं. मला तुम्ही मॉलमध्ये खरेदीला नेऊ नका, बाहेर जेवायला नेऊ नका, मला नवीन कपडे, डीव्हीडी, खेळणी, पुस्तकं यातलं काहीसुद्धा नको. या ठिकाणी उत्खनन सुरू करण्यासाठी आम्हाला मदत करेल अशा कुठल्यातरी व्यक्तीशी आजोबांची लगेच गाठ घालून द्या. तुमचे बंगळुरूमध्ये इतके मित्र आहेत, इतक्या ओळखी आहेत. आम्हाला मदत करू शकेल, असं कुणीतरी तुमच्या ओळखीत निघेलच की. तुम्ही ही वाढदिवसाची भेट जर मला दिलीत, तर ती मी कधीच विसरणार नाही. प्लीज नं डॅड... प्लीज?''

डॉ. शेखर यांना आपल्या मुलीच्या या हट्टापुढे काय बोलावं, तेच कळेना. त्यांनी हळुवारपणे तिचा निरोप घेऊन फोन ठेवला.

त्यानंतर त्यांनी एक तासानं अनुष्काला फोन करून सांगितलं, ''अब्दुल रशीद म्हणून माझा एक पेशंट होता. मी त्याला फोन केला. पण मला त्यानं बरीच माहिती विचारली. त्याला खूप तपशील हवे होते. मला त्याला ते काही सांगता आलं नाही. तो खूप चांगला आहे. बहुश्रुत आहे. हा घे बघू त्याचा नंबर. तूच आता त्याला फोन कर. काय लागेल ती माहिती दे त्याला. आता खूश ना तू, अनुष्का?''

उत्खनन

कशी कोण जाणे, पण त्या रात्रीत आणि दुसऱ्या दिवशी सकाळी ती बातमी अक्षरशः वणव्यासारखी पसरली. अनेक बायका आणि पुरुष कुदळ, फावडी, घमेली घेऊन त्या जागी पोहोचले. शंकर मास्तर सकाळी लवकरच तिथे जाऊन थांबले होते. ते सर्वांना सूचना देत होते, "हे बघा, अगदी हलक्या हातानं, सावकाश काम करा. अगदी हळूच तिथली घाण बाजूला काढा. अगदी पहिल्यांदाच त्या जागी पोहोचण्यासाठी आपल्याला एक लहानशी वाट बनवावी लागेल. म्हणजे आपल्याला हालचाल करणं सोयीचं जाईल. कदाचित एखादा लहानसा टेंपो तिथपर्यंत पोहोचूसुद्धा शकेल."

काम जोरात सुरू झालं. ऊन तापू लागलं होतं. खूप गरमी होती. चटके बसत होते.

इकडे आजीनं गावच्या बायकांना घरी बोलावून घेतलं. सगळ्या जमल्यानंतर ती म्हणाली, "हे बघा, तिकडे खणण्याच्या कामाला जी माणसं गेली आहेत, त्यांना तर त्या कामाचे कुणीही पैसे देणार नाहीये. मग आपण त्यांच्यासाठी किमान एक करू शकतो. आपण त्यांना सकाळचा नाश्ता, दुपारचं जेवण आणि अधूनमधून लागेल त्याप्रमाणे चहा, ताक अशी पेयं पुरवू शकतो. तुम्हाला सर्व जणींना जर मान्य असेल, तर आपण आमच्या मागच्या अंगणात एक तात्पुरतं स्वयंपाकघर उभारू. तुम्ही सकाळी लवकर उठून इथे या. मग आपण कामाची विभागणी करू. एक गट भाज्या कापण्याचं काम करेल, एक गट स्वयंपाक करेल आणि एक गट ते अन्न त्या कामाच्या जागी नेऊन

त्याचं वाटप करेल. तुम्ही सर्वांनीच या कामात सहभागी व्हावं, अशी माझी इच्छा आहे. लहान मुलं पाणीवाटपाचं आणि कचरा गोळा करण्याचं काम करतील. आपण प्लॅस्टिकच्या ताटल्या, वाट्या, पेले वापरणं योग्य नव्हे. मी केळीची पानं आमच्या शेतातून मागवते. जेवायला केळीच्या पानावरच वाढू. दुपारच्या जेवणासाठी रोज वेगवेगळा बेत करता येईल. तीन भाज्या आणि भात, ज्वारीची भाकरी, चपात्या. आपण भात जरा कमीच ठेवू आणि भाकरी चपाती जास्त. म्हणजे काम करणाऱ्यांना दुपारच्या जेवणानंतर झोप येणार नाही.''

अनुष्काला नवल वाटलं. आजी जणू काही एखाद्या लष्करप्रमुखाप्रमाणे सगळी सूत्रं हाती घेऊन कामाला लागली होती. सर्वांना सूचना देत होती. आज तिला तिच्या गुडघेदुखीचा विसर पडला असावा.

मुलांचेही दोन गट पडले होते. काही मुलांची आजीच्या घरी थांबून तिथल्या कामात मदत करण्याची इच्छा होती, तर उरलेल्यांची (यात अनुष्का व तिच्या मित्रमंडळींचा कंपू होताच) प्रत्यक्ष खोदकामाच्या ठिकाणी जाऊन मदत करण्याची इच्छा होती.

अनुष्का कामाच्या ठिकाणी जाऊन पोहोचली, तेव्हा सर्व जण इतक्या उत्साहानं कामाला लागलेले पाहून तिला अतिशय आनंद झाला. जणू काही एखादा उत्सव असावा, असंच वातावरण होतं. कुणीतरी शामियाना उभारून त्यात लोकांना बसण्यासाठी प्लॅस्टिकच्या खुर्च्या आणून मांडल्या होत्या. आजोबा पहिल्या रांगेत बसून समोर चाललेलं काम बारकाईनं पाहत होते. हनुमेगौडा सर्वांकडे लक्ष पुरवत होते. शंकर मास्तर मधूनच आजोबांकडे येऊन त्यांना काहीतरी विचारून जात. अमित आणि त्याच्या बरोबरची काही मुलं कचरा गोळा करत होती. अनुष्काला सर्वांना पाण्याच्या बाटल्या पुरवण्याचं काम देण्यात आलं. मेधा एका दूरच्या खुर्चीत बसून पेन्सिलीनं रेखाचित्र काढण्यात दंग होऊन गेली.

एक तासानंतर अब्दुल रशीदचा शंकर मास्तरांना फोन आला. त्यानं सांगितलं, ''राज्य सरकारकडून परवानगी मिळण्यात काही दिवस जातील. मी केंद्र सरकारमध्येही कुणाकुणाला फोन करून मदत मिळवण्याचा प्रयत्न करतोच आहे; पण सरकार दरबारी कामं व्हायला थोडा वेळ लागतोच. तर मी असं ठरवलंय, की माझ्या चार मदतनिसांना घेऊन

मीच लवकरात लवकर तुमच्या गावात येतो. आपण अनौपचारिकपणे काम सुरू करू. उत्खननाच्या कामासाठी उन्हाळा चांगलाच असतो. तसा पावसाळा अगदी तोंडावर येऊन ठेपलेला आहे. तेव्हा काम लवकरात लवकर सुरू केलेलं उत्तमच. दुर्दैवानं या कामासाठी आमच्याकडे अंदाजपत्रकात काही तरतूद करण्यात आलेली नाहीये. मला तेवढी जरा एकच काळजी आहे.''

शंकर मास्तरांनी फोन आजोबांच्या हातात दिला. आजोबा रशीदला म्हणाले, ''तुम्ही लवकर या. आम्हाला कुठल्याही परिस्थितीत या कामी दिरंगाई होऊ द्यायची नाही. माझी एक रिकामी जागा आहे. आम्ही तिथे तुमची आणि तुमच्या सहकाऱ्यांची उतरण्याची व्यवस्था करू. तुमचं राहणं, जेवणखाण सगळं आम्ही बघू. पण एक विनंती मात्र आहे, तुम्ही येताना तुमची अवजारं घेऊन या. आमच्याकडे या कामासाठी लागणारी हत्यारं नाहीत. तुम्हाला आमच्याकडून आणखी काही मदत हवी आहे का? आम्ही इथून कुणा वरिष्ठांना फोन करून त्यांच्याशी बोलू का? तसं हवं असेल तर सांगा हं. मी हनुमेगौडांना तसा फोन करायला सांगतो. आम्ही आत्ता इथला आजूबाजूचा परिसर स्वच्छ करायला घेतलाच आहे. पण आम्ही प्रत्यक्ष उत्खनन मात्र अजिबात करणार नाही. कोणत्याही गोष्टीला कुणीही स्पर्श करणार नाही. नुकसान होईल असं काहीच करणार नाही. आम्ही तुमची वाट पाहू.''

आजोबांचं बोलणं ऐकून रशीद खूश झाला.

दोन दिवसांतच कामगारांनी इतकी चिखलमाती साफ करून बाजूला केली होती की, काही खांब आणि पायऱ्या दिसू लागल्याच होत्या. काही माणसांनी तिथे थोडा आडोसा बनवला. आजी आणि तिच्या बरोबर आलेल्या बायकांनी तिथेच जेवणाची व्यवस्था केली. रात्रीच्या वेळी काही माणसं पहारा देण्यासाठी मागे थांबणार होती. त्यांच्यासाठी पेट्रोमॅक्सच्या बत्त्या आणण्यात आल्या.

एके दिवशी सकाळी अब्दुल रशीद व त्यांचे चार सहकारी एका भल्यामोठ्या व्हॅननं आजोबांच्या घरापाशी येऊन दाखल झाले. त्यात सहकाऱ्यांमध्ये दोन स्त्रिया व दोन पुरुष होते. पाहुण्यांची उतरण्याची सोय जिथे करण्यात आली होती, ते घर आजीनं त्यांना उघडून दिलं. आजोबांनी अब्दुल रशीद व त्यांच्या बरोबरच्या दोन पुरुष सहकाऱ्यांना

तिथं उतरवलं आणि दोन स्त्री सहकाऱ्यांची राहण्याची सोय मात्र स्वतःच्या घरीच वरच्या मजल्यावर केली.

दुपारीच अब्दुल रशीद व त्यांचे सहकारी उत्खननाच्या जागी भेटीस गेले. सर्व गावकऱ्यांनी ज्या उत्साहानं कामाला प्रारंभ केला होता आणि मदतीसाठी तत्परता दाखवली होती, ते पाहून अब्दुल रशीद भारावून गेले.

हनुमेगौडा म्हणाले, "आम्ही तुम्हाला आर्थिक मदत तर काही करू शकत नाही; पण तुम्हाला जे काही माणूसबळ हवं असेल, ते आम्ही पुरवू. आम्ही अगदी प्रामाणिकपणे काम करू. आमच्याकडून शक्य होईल तेवढी सर्व मदत आम्ही करू. कारण हे ठिकाण आमच्या गावच्या मालकीचं आहे."

अब्दुल रशीद चाळिशीच्या घरातले होते. ते कामाच्या निमित्तानं कर्नाटकातील विविध ठिकाणी राहिले होते. ते अनुभवी होते. त्यांचा इतिहासाचा खूप अभ्यास होता. इकडेतिकडे नजर फिरवून ते म्हणाले, "तुम्ही आणखी थोडे स्वयंसेवक आणलेत, तर हे काम आपण लवकर संपवू शकू. सगळे गावकरी इथं एकजुटीनं कामाला लागले असल्याचं पाहून मला फार आनंद वाटला. आमच्या कामात अशा प्रकारची एकजूट सहसा पाहायला मिळत नाही. बऱ्याच वेळा हे सरकारचं काम आहे, असं समजून गावकरी अशा प्रकारच्या कामातून अंग काढून घेतात."

आजोबा आणि हनुमेगौडा यांच्या चेहऱ्यावर हसू उमटलं. त्यांना त्यांच्या गावाचा आणि गावकऱ्यांचा खूप अभिमान वाटला.

नंतर अब्दुल रशीद व त्यांच्या तुकडीनं बरोबर आणलेली हत्यारं बाहेर काढण्यास सुरुवात केली. त्याबरोबर उत्सुकतेनं सगळा बालचमू त्यांच्याभोवती गोळा झाला. एका गटानं काही ब्रशेस व हत्यारं बाहेर काढली. एक माणूस मोजमापं घेऊ लागला. दुसरा कॅमेऱ्यानं फोटो काढू लागला. त्यांच्या देखरेखीखाली कामगार खूप काळजीपूर्वक दगडमाती बाजूला काढू लागले. त्यांचं ते काम पूर्ण दिवसभर चालू होतं.

रात्री जेवणाच्या वेळी आजी म्हणाली, "रशीद साहेब, हे काय असेल हो? ही पायऱ्यांची विहीर असेल का?"

"नाही, अम्मा. आत्ताच तसं नक्की काही सांगता यायचं नाही. किमान आठवडाभर तरी काम केल्याशिवाय ते स्पष्ट होणार नाही. फक्त

ही जी वास्तू सापडली आहे, तिला धक्का लागलेला नाही, एवढं स्पष्ट झालं आहे. आणि ही वास्तू नक्कीच अप्रतिम सुंदर निघणार, एवढी मी तुम्हाला खात्री देतो.''

नंतरचे काही आठवडे रशीद व त्याच्या सहकाऱ्यांचं अव्याहत काम सुरू होतं. काही दिवसांतच आणखी काही खांब व आणखी काही पायऱ्या दिसू लागल्या; पण सर्वांत विस्मयकारी शोध होता, तो त्या खांबांच्या मधोमध असलेल्या छोट्या छोट्या मंदिरांचा.

त्यानंतरच खरं काम सुरू झालं. वरपासून खालपर्यंत उत्खननाचं काम चालू होतं. कोणत्याही उत्खननाच्या ठिकाणी असतं, तसंच. या ठिकाणी काही जुन्या मुद्रा, नाणी, दगडाची भांडी, हाडांचे सापळे, सोने, शिलालेख, ताम्रपट यांचा कसून शोध सुरू झाला. जर नाणी सापडली असती, तर त्यावरून त्या मंदिराचा कालखंड समजू शकला असता. शिवाय त्यावरून राजाचं नाव त्याच्याकडील संपत्ती याची माहिती मिळू शकली असती. शिलालेखांवरून मंदिरांच्या इतिहासाची तपशीलवार माहिती कळली असती. मंदिरं केव्हा आणि कोणाच्या स्मरणार्थ उभारण्यात आली, हे समजू शकलं असतं.

सर्व झाडून साफ केल्यावर एकंदर सोळा खांब असल्याचं उघड झालं. हा फक्त पहिला मजला होता. प्रत्येक खांब काळ्या फत्तरातून कोरून काढलेला होता. प्रत्येकावरील नक्षीकाम निराळं होतं. त्यावर इतकी चमक होती, की ती नक्षी अलीकडच्या काळातीलच वाटत होती. जणू काही मशिननं केली असावी, अशी ती चमकत होती.

शंकर मास्तर म्हणाले, ''त्या काळात जेव्हा यंत्रं नव्हती, तेव्हा ही इतकी सुंदर चकाकी या शिल्पकारांनी कुठून आणली असेल?''

रशीदच्या सहकाऱ्यांपैकी एक म्हणाली, ''ते सगळं हातानं पॉलिश केलेलं आहे. त्या काळचे लोक खूप वेगळ्या तंत्रज्ञानाचा वापर करत; पण आता ते तंत्रज्ञान काळाच्या पडद्याआड गेलं आहे. त्या लोकांनी या कामात इतका जीव ओतला, इतका वेळ आणि इतके कष्ट या कामासाठी दिले, त्याचं मुख्य कारण म्हणजे हे काम स्वीकारण्यामागे पैसा हे आकर्षण त्यांना नव्हतं. आपण ईश्वरासाठी काहीतरी सुंदर वास्तू निर्माण करत आहोत, ही भावना त्यामागे होती. म्हणून ते आपलं काम प्रामाणिकपणे आणि भक्तिभावानं करत.''

काही दिवसांतच ती वास्तू आयताकृती असून, त्याला वरच्या बाजूनं छत नसून ती मोकळी असल्याचं स्पष्ट झालं.

"हे नक्की काय असेल?" आजोबा म्हणाले.

"मला वाटतं, ही एक विहीरच असावी. कारण हे जर मंदिर असतं, तर त्याला छत असतंच. ते असं वरून उघडं नसतं," अब्दुल रशीद म्हणाले.

सर्वांत पहिलं छोटं मंदिर एका खूप मोठ्या चौथऱ्यावर एका टोकाला बांधण्यात आलं होतं. ते पूर्वाभिमुखी होतं. त्याला नीटनेटक्या पायऱ्या आणि वर चढताना धरायला दोन्ही बाजूंना कठडे होते. ते मंदिर खूपच लहान होतं. कळसावर त्यातील देवतेचं नाव कोरण्यात आलं होत- चंद्रशेखर आणि शैलजा. ही शंकर-पार्वतीचीच नावं. रशीदनं त्या कोरलेल्या अक्षरांचा फोटो काढला. त्यावरून त्याच्या असं लक्षात आलं, की ते मंदिर किमान हजार वर्षं तरी जुनं असावं. त्या चौथऱ्यावर एका बाजूला भिंत असून त्या भिंतीवर संपूर्ण शिवचरित्राची कथाच कोरण्यात आली होती. पहिल्या कथेत शिवानं गजासुराचा वध केल्याचा आणि तांडवनृत्याचा उल्लेख होता.

काही दिवसांनंतर दुसरा चौथरा दिसू लागला. त्यावर आणखी एक मंदिर होतं. त्यामध्ये देवी सरस्वती वीणावादन करत बसली होती. मागच्या भिंतीवर सरस्वतीची विविध रूपं चितारलेली होती.

एव्हाना अनुष्का आजी-आजोबांकडे येऊन सहा आठवडे होऊन गेले होते. दुसऱ्याच दिवशी तिची आई दिल्लीचा कोर्स संपवून बंगळुरूला परतणार होती. तिचा अनुष्काला जेव्हा हे सांगायला फोन आला, तेव्हा ती म्हणाली, "मी बंगळुरूला पोहोचले ना, की लगेच सोमनहळ्ळीला तुला न्यायला येईन. मला तुझी रोज इतकी आठवण येते ना!"

अनुष्काचे वडील डॉ. शेखर यांना पण तिची खूप आठवण यायची. दिवसभर हॉस्पिटलमध्ये काम करून घरी परतल्यावर घर नुसतं खायला उठायचं. ती शांतता नकोशी वाटायची.

उषा बंगळुरूला पोहोचल्यावर आजोबा-आजींना फोन करून म्हणाली, "मी आणि शेखर परवा सोमनहळ्ळीला येतोय. तुम्ही अनुष्काला सगळं सामान आवरून तयार राहायला सांगाल का?"

"अनुष्का इथनं गेली, तर आम्हाला तर अजिबात करमणार नाही.

पण अनुष्काच्या मनात बंगळुरूला नक्की कधी परत जायचंय, हे तू एकदा तिलाच विचारशील का? गावात उत्खननाचं फार मोठं काम सुरू आहे.''

ते ऐकून उषाला आश्चर्य वाटलं, "हो का? मला वाटलं, पुरातत्त्व विभागाचं काहीतरी लहानसहान खोदकाम चालू आहे. पण यात सगळं गाव का बरं सहभागी झालंय? मला स्वतःला पण ते उत्खनन बघायला खूप आवडेल.''

अनुष्कानं ते सगळं संभाषण ऐकलं. पण आता आपल्या आई-वडिलांना काय सांगावं, तेच तिला कळेना. खरंतर तिला इतक्यात मुळीच परत जायचं नव्हतं.

दोन दिवसांनी उषा आणि शेखर गावात येऊन पोहोचले. नेहमीप्रमाणे डॉ. शेखर म्हणाले, "आम्ही फक्त अर्धा दिवस थांबणार आहोत. आम्ही दुपारीच परत जायला निघू.''

उषा घाईनं अनुष्काला शोधत घरभर हिंडली; पण ती कुठेच नव्हती. मग ती आजीच्या खोलीत गेली, तर अनुष्काचं सामान तिथं सर्वत्र पसरलेलं होतं. तिनं स्वतःची बॅग भरलीच नव्हती. उषाचा चेहरा आजीनं पाहिला. ती म्हणाली, "अगं, अनुष्का तिकडे कामाच्या जागीच आहे. तू तिकडे जाऊन तिला भेट ना.''

डॉ. शेखर आणि उषा तडक उत्खननाच्या जागी गेले. तिथं इतकं मोठं काम सुरू आहे, लोकांची इतकी वर्दळ आहे, हे पाहून ते चकित झाले. कुणी साफसफाई करत होतं, कुणी पाणी भरून आणत होतं, कुणी टिपणं काढत होतं, तर कुणी ब्रश घेऊन हळुवार मूर्ती साफ करत होतं. ती जागा खूप स्वच्छ होती. गाड्यांमधून शिधा पोहोचवण्याचं काम सुरू होतं.

उषाला अखेर अनुष्का दिसली. ती खूप घाईत होती. ती कचरा गोळा करून एका प्लॅस्टिकच्या थैलीत भरत होती. आपल्या आईला पाहताच तिचा चेहरा उजळला. तिनं घाईनं तोंड, हात-पाय धुतले आणि धावतच उषापाशी येऊन तिला घट्ट मिठी मारली. उषा म्हणाली, "अनुष्का, मी जरी दिल्लीत असले ना, तरी माझं मन इथंच होतं गं. मला तुझी रोज किती आठवण यायची. मी तुझ्यासाठी दिल्लीहून छान छान कपडे आणि पुस्तकं आणली आहेत. मी तुझ्या मित्र-मैत्रिणींसाठीसुद्धा भेट म्हणून काय काय आणलंय.''

एकीकडे अनुष्काशी बोलता बोलता उषाची नजर समोरच्या सुंदर वास्तूवर पडली. त्याच्या उत्कृष्ट कोरीवकाम केलेल्या पायऱ्यांवर तिची नजर खिळून राहिली. ''ओ माय गॉड!'' ती म्हणाली, ''हे सगळं इतकं सुंदर असेल, असं मला कधीच वाटलं नव्हतं.''

''अम्मा, तू जा आणि रशीदकाकांशी बोल. ते तुला याविषयी आणखी खूप काही सांगतील,'' अनुष्का म्हणाली.

उषा ताबडतोब अब्दुल रशीदकडे गेली.

डॉ. शेखर यांच्या तर आश्चर्याला पारावारच राहिला नव्हता. कोणत्यातरी पुरातन गोष्टींचा शोध लावण्यात माणसाला काय आनंद मिळू शकतो, हे त्यांना कधीच उमगत नसे. 'समजा हजार वर्षांपूर्वी हे देऊळ जमिनीत गाडलं गेलं असलं, तरी त्याचं आता काय महत्त्व?' त्यांनी मनात विचार केला. 'या खेडेगावातल्या लोकांना लहानसहान गोष्टींचा उगाच फार बाऊ करायची सवय असते. त्याचं कारण या गावाकडच्या लोकांना कामधंदा नसतो. त्यांच्याकडे हवा तेवढा वेळ असतो. कोणतंही काम वेळेत करायला हवं, असंही काही बंधन नसतं. फक्त पोस्ट ऑफिस आणि शाळेची वेळ पाळली की झालं. इथलं रोजचं आयुष्य इतकं संथ असतं, की ही अशी काहीतरी गोष्ट घडली म्हणून लोकांच्या नीरस, कंटाळवाण्या आयुष्यात काहीतरी वेगळं घडलंय आणि त्यांना उत्साह वाटू लागलाय. बंगळुरूसारख्या शहरात या असल्या गोष्टींकडे लक्ष पुरवायला इथं वेळ कुणाकडे आहे? आम्हाला इथं काम आणि रोजचं जाणं-येणं यासाठी लागणाऱ्या वेळाच्या क्षण न् क्षणाचा हिशेब ठेवावा लागतो. शिवाय बंगळुरू शहर आता इतक्या संमिश्र जाती-जमातीच्या लोकांनी भरलंय, की ते म्हटलं तर सर्वांचं आहे आणि म्हटलं तर कुणाचंच नाही.'

उषाशी बोलून झाल्यावर अब्दुल रशीद लगबगीनं डॉ. शेखर यांच्याकडे आले. डॉ. शेखर यांच्याशी हस्तांदोलन करून ते म्हणाले, ''सर, तुमच्या वडिलांच्या अगत्यानं मी भारावून गेलो आहे. ते रोज आम्हा सर्वांनाच नारळाचं पाणी पुरवतात. दुपारच्या जेवणाच्या वेळी तुमच्या आई आमच्यासाठी जेवणाचा डबा आणि ताक पाठवतात. हे उत्खननाचं काम सुरू झाल्यापासून तुमच्या शेतातील एकसुद्धा काकडी बाजारात विक्रीला पाठवण्यात आलेली नाही. सर्व काकड्या इथेच

येतात. इथे कित्येक आठवड्यांपासून या उत्खननाच्या कामी मेहनत मजुरी करणाऱ्या लोकांसाठी त्या काकड्या पाठवण्यात येतात. तुमच्या आई-वडिलांच्या दातृत्वाला तर तोडच नाही आहे. या गावच्या लोकांच्या चांगुलपणामुळे आम्हाला इथे पैसे देऊन पहारेकरी आणून बसवावे लागले नाहीत. गावच्या लोकांनीच ती जबाबदारी उचलली आहे. आणि खरंतर माझ्या कंटाळवाण्या दैनंदिन जबाबदाऱ्यांमधून माझ्यासाठीसुद्धा हा चांगलाच बदल झाला आहे. हे उत्खननाचं काम पूर्ण झाल्याखेरीज प्रसारमाध्यमाच्या लोकांना या गोष्टीचा थांगपत्तादेखील लागू द्यायचा नाही, अशी मी माझ्या सहकाऱ्यांना सूचना देऊन ठेवली आहे. कारण उगाच पत्रकार इथं गर्दी करून प्रश्न विचारून भंडावून सोडतील. त्यांच्या एकाही प्रश्नाचं उत्तर अजून तरी आपल्याकडे नाही.''

त्यांच्या या बोलण्यावर काय प्रतिक्रिया द्यावी, हेच डॉ. शेखर यांना कळेना. त्यांनी नुसती मान हलवली आणि अनुष्काकडे पाहिलं. ते म्हणाले, ''चल गं घरी. झटपट तयार हो. दोन तासांत आपल्याला बंगळुरूला जायला निघायचंय.''

''नाही हो, डॅड. मला इतक्यात बंगळुरूला परत नाही जायचं. हे उत्खननाचं काम पूर्ण होईस्तोवर मला इथं थांबायचंय. प्लीज डॅड. आजीनं मला जी कथा सांगितली होती, त्यातलं ते अमृतासारखं गोड पाणी अजूनही इथल्या विहिरीत आहे का, ते पाहायचंय मला.''

''अगं अनुष्का, ती नुसती एक दंतकथा आहे. त्याला काहीच अर्थ नाही,'' असं म्हणून डॉ. शेखर अब्दुल रशीदकडे पाहून म्हणाले, ''काय हो, हे उत्खनन पूर्ण व्हायला अजून किती वेळ लागेल?''

''निदान तीन आठवडे तरी लागतील.''

''डॅड,'' अनुष्का मध्येच म्हणाली, ''माझ्या शाळेला अजून चार आठवडे सुट्टी आहे. आणि मी इथं अगदी मजेत आहे. मला ती पायऱ्यांची विहीर कशी दिसते, ते पाहायचंय. पूर्ण सुट्टीभर मला इथंच राहायचंय. इथलं हे काम संपलं, की मी अगदी लगेच बंगळुरूला परत येईन. अगदी नक्की!''

एव्हाना उषासुद्धा तिथं आली होती. तिनं आपल्या पतीच्या खांद्यावर हात ठेवला. ती म्हणाली, ''इथं आयुष्यातल्या इतक्या सुंदर सुंदर गोष्टी पाहण्यासारख्या आहेत. कोणत्याही पुस्तकातून हे ज्ञान आपल्याला

मिळू शकणार नाही. हा आत्ताचा अनुभवसुद्धा अगदी असाच आहे. अनुष्कानंसुद्धा या प्रकल्पासाठी खूप मेहनत घेतली आहे. मलासुद्धा इथं तिच्याबरोबर आणखी काही दिवस राहायला आवडेल.''

त्यावर डॉ. शेखर हसले. त्यांनी आपल्या पत्नीचं आणि मुलीचं म्हणणं मान्य केलं.

काही दिवसांनंतर अब्दुल रशीद आणि त्यांच्या सहकाऱ्यांना तिसऱ्या मंदिराचा शोध लागला. ते विष्णू व लक्ष्मीचं मंदिर होतं. शेषशायी विष्णूंच्या पायाशी लक्ष्मी बसली होती. त्या मंदिराचं नाव होतं 'अनंतशयन'. त्या भिंतीवर रामायणातील कथा कोरण्यात आली होती.

आणखी काही दिवसांतच त्यांना चौथ्या मंदिराचाही शोध लागला. ते मंदिर राम, लक्ष्मण आणि सीता यांचं होतं. त्यासंबंधी कथा भिंतीवर कोरण्यात आल्या होत्या. सीतेचं अशोकवनातील वास्तव्य, वानरसेनेनं सागरात बांधलेला सेतू आणि श्रीरामचंद्रांचा राज्याभिषेक या सर्व कथा तिथं होत्या.

पुढच्या आठवड्यात आणखी एक मंदिर सापडलं. हे रामभक्त हनुमानाचं होतं. हनुमान आपली छाती फोडून त्यात श्रीरामचंद्रांचं वास्तव्य असल्याचं दाखवत आहे, असं दृश्य या मंदिरात चितारण्यात आलं होतं. हनुमानाची जन्मकथा, तो सूर्याला गिळंकृत करण्यासाठी सूर्याच्या दिशेनं कसा झेपावला होता, ही सर्व कथा तेथील ओवरीच्या भिंतीवर कोरण्यात आली होती.

सहावं मंदिर सोळा हात असणाऱ्या महिषासुरमर्दिनी दुर्गेचं होतं. चौथऱ्यावरील भिंतीवर दुर्गा आणि पार्वतीची कथा होती.

सातवं मंदिर नृत्य करणाऱ्या गणेशाचं होतं. तुंदिलतनू गणेशाच्या एका हातात लाडू तर दुसऱ्या हातात पोथी होती. राहिलेल्या दोन हातांत शस्त्रं होती. चौथऱ्यावरील भिंतीवर गणपतीची कथा होती.

शेवटच्या मंदिरात गंगेची मूर्ती होती. तिच्या हातात एक मोठा कलश होता. चौथऱ्यावरील भिंतीवर अमृतमंथनाची कथा होती. विहिरीच्या तळाशी गोमुख होतं.

त्या रात्री आजोबांना जोरदार ताप भरला. त्यांना अंथरुणातून उठणंदेखील शक्य होईना. आजीनं त्यांच्यावर काही घरगुती उपचार केले, पण त्याने काही गुण येईना. आजीनं त्यांना दुसऱ्या दिवशी

उत्खननाच्या कामापाशी जाण्याची बंदी केली. पण आजोबा तिचं थोडंच ऐकतायत? ते खुशाल तिकडे गेले. पण त्यांना ताप आल्याचं पाहून अब्दुल रशीदनं परत घरी पाठवलं. आजोबांचा ताप नंतरचेही बरेच दिवस हटत नव्हता. मग मात्र आजीला फार काळजी वाटू लागली. तिनं आपला मुलगा डॉ. शेखर याला फोन केला, ''शेखर, गेले तीन दिवस तुझ्या अप्पांना खूप ताप आहे. मला आज त्यांना घेऊन जवळच्या मोठ्या हॉस्पिटलला जायचंय. तर मी त्यांना काय औषध देऊ?''

''अम्मा, आधी त्यांची रक्ततपासणी करून घे. त्यांना व्हायरल इन्फेक्शन आहे की नाही, ते पाहावं लागेल. आजकाल तर बंगळुरूमध्ये स्वाइन फ्ल्यू, चिकनगुनिया आणि डेंग्यूच्या तापाची साथच चालू आहे. मी काही तुला घाबरवायला हे सांगत नाहीये; पण त्यांच्यावर तातडीनं उपचार सुरू व्हायला हवेत. कारण त्यांचं आता वय झालंय. खरंतर त्यांना इथं बंगळुरूला आणलं, तर मी त्यांची नीट काळजी घेऊ शकेन.''

इतक्यात आजोबांनी फोन हातात घेतला. त्यांनी तर डॉक्टर शेखरचं म्हणणं साफच धुडकावून लावलं. ''मी या अशा स्थितीत बंगळुरूचा प्रवास करूच शकणार नाही,'' ते म्हणाले. ''त्यापेक्षा तूच उद्या इकडे का नाही येत?''

''अप्पा, अहो इथं माझे किती पेशंट्स आहेत. त्यांची काळजी नको का मला घ्यायला?''

तेवढ्यात आजीनं आजोबांच्या हातातून फोन काढून घेतला, ''काय रे, जसे तुझे पेशंट्स आहेत, तसेच तुझे मदतनीसही तिथं असतीलच की. अरे, हे तुझे वडील आहेत. तू ताबडतोब इकडे ये आणि त्यांना आधी तपास.''

दुसऱ्या दिवशी सकाळी नऊ वाजून गेल्यानंतर डॉ. शेखर सोमनहळ्ळीला पोहोचले. ते तिथं पोहोचल्यावर त्यांच्या एक गोष्ट लक्षात आली. गावातल्या बऱ्याच लोकांना आजोबांप्रमाणे ताप आला होता. डॉ. शेखर यांच्याकडे काही औषधं होती. शक्य तेवढ्या लोकांना त्यांनी ती दिली. मग त्यांनी आपल्या आईला विचारलं, ''अगं, पण गावातल्या प्राथमिक आरोग्य केंद्राचं काय झालं?''

आजी म्हणाली, "इथले डॉक्टर सुट्टीवर गेले आहेत. अशी आणीबाणी उद्भवली तर आम्ही तरी कुणाकडे जाणार? मी तुला एक सुचवू का? तू स्वतःच नियमितपणे गावी येत जा आणि इथल्या लोकांची आणि आमची काळजी घेत जा. तूसुद्धा याच गावचा आहेस. जरा माझ्या बोलण्यावर विचार कर. या गावाची फार मोठी सेवा होईल ही."

डॉ. शेखर काही न बोलता बंगळुरूला परत गेले.

एव्हाना उत्खननाच्या कामाचे अडीच आठवडे संपले होते. ती वास्तू लोकांना बघण्यासाठी खुली करण्यात आली होती. एकंदर आठ अप्रतिम सुंदर मंदिरं होती. विहिरीच्या तळापर्यंत पोहोचण्यासाठी एकूण एकवीस पायऱ्या होत्या; परंतु त्या विहिरीत एक थेंबसुद्धा पाणी नव्हतं. पाण्याशिवाय विहीर होती ती. त्यामुळे सर्वांनी एकच निष्कर्ष काढला, तो म्हणजे त्या विहिरीविषयी जी कथा प्रचलित होती, ती खरीच असावी. फरक फक्त एकच होता- एकंदर आठ मंदिरं होती आणि ती सगळीच काही शंकराची नव्हती.

अनुष्का अब्दुल रशीदला म्हणाली, "अम्मा म्हणते, कोणत्याही नवीन कामाची किंवा विशेष कार्यक्रमाची सुरुवात करायची असली, की ती गणेशपूजेनं करतात. कोणत्याही देवतेच्या पूजेला सुरुवात करण्याआधी गणेशाचं पूजन करतात. पण मग या पायऱ्यांच्या विहिरीच्या सर्वांत खालच्या बाजूला या गणेशाचं मंदिर कसं काय? उलट ते तर सर्वांत वर हवं ना?"

"नाही," अब्दुल रशीद म्हणाले. "पाणी तर खालच्याच बाजूला आहे ना? पाण्याचा स्रोत खाली आहे. सर्वांत आधी त्या पाण्याचा स्पर्श गणपतीच्या पायाला झाला पाहिजे." अनुष्कानं मान हलवली. या ठिकाणी गणपतीचं देऊळ सर्वांत खालच्या बाजूला का आहे, हे तिला कळलं होतं.

त्या पायऱ्यांवर आणि मंदिरांवर खूप कोरीव काम करण्यात आलं होतं आणि खूप लेख लिहिलेले होते. अब्दुल रशीदनं ते जमलेल्या सर्वांना मोठ्यांदा वाचून दाखवलं आणि समजावूनसुद्धा सांगितलं –

"हे भव्य मंदिर सोमनायक राजानं इ.स.पू. १००० (हिंदू पंचांगाप्रमाणे शालिवाहन शके ९२२) मध्ये बांधलं. सोमनायक राजाची सर्वच

देवदेवतांवर श्रद्धा होती. हे मंदिर त्यानं आपल्या मृत पित्याच्या स्मृतिप्रीत्यर्थ बांधलं. त्याच्या वडिलांना गंगा घराण्याशी झालेल्या लढाईत वीरमरण आलं. हे मंदिर बांधण्यास दहा वर्षं लागली. त्यासाठी देशातील उत्तमोत्तम कारागिरांनी कष्ट घेतले.

या विहिरीतील पाण्याचा केवळ पिण्यासाठी वापर करायचा असून पौर्णिमेच्या रात्री डागडुजीच्या कामासाठी हे मंदिर बंद ठेवण्यात येईल.

सोमनायकानं आजवर अनेक लोकांना शेकडो एकर जमीन दान केलेली आहे. संपूर्ण राज्याचे एकंदर सात समसमान भाग पाडण्यात आले आहेत. यातील पहिला भाग दैनंदिन मंदिराच्या पूजाअर्चेचे काम सांभाळणारे पुरोहित व त्यांच्या कुटुंबास दान करण्यात आलेला आहे. दुसरा भाग या मंदिराची देखभाल व व्यवस्था करणाऱ्या माणसाला देण्यात आला आहे. हा माणूस मुख्य पुरोहिताचा सहायक म्हणूनही काम पाहील. तो कोणत्याही जातीचा असला तरी चालेल. जमिनीचा तिसरा भाग या मंदिराची रोज झाडलोट व स्वच्छता करणाऱ्यांसाठी आहे. चौथा भाग मंदिरासाठी रोज फुलं आणून सर्व देवदेवतांसाठी हार करणाऱ्यांसाठी आहे. पाचवा भाग या मंदिरात सोमनायक राजाच्या नावानं रोज दिवे लावणाऱ्यांसाठी आहे. सहावा भाग हा मंदिरात नृत्य व गायनाच्या रूपानं ईश्वराची सेवा करणाऱ्यांसाठी आहे. सातवा भाग मंदिराच्या मुदपाकखान्यात प्रसाद बनवून यात्रेकरूंच्या भोजनाची व्यवस्था करणाऱ्यांसाठी आहे.

याप्रमाणे मालमत्तेची विभागणी करण्यात आली आहे. जर कुणी नुसतीच मालमत्ता ताब्यात घेतली, परंतु आपली नेमून दिलेली कामं पार पाडली नाहीत, तर त्यांना ती मालमत्ता परत करावी लागेल अथवा शिक्षा भोगावी लागेल.

सोमनायक राजानं असंही लिहिलं आहे, की या मंदिराचं सौंदर्य अबाधित राखण्यासाठी भविष्यात जे कुणी मला मदत करतील, त्यांचा मी ऋणी राहीन – मग ते कोणत्याही जाती-धर्माचे असले, तरी मला काहीही फरक पडणार नाही. कारण त्या लोकांना माझ्या अंतरीच्या भावना पूर्णपणे समजलेल्या असतील. मी जिथे कुठे असेन, तिथून मी मनोमन त्यांच्या चरणाला स्पर्श करीन. अशा लोकांनी या पृथ्वीतलावर स्वतःची वंशवृद्धी केलीच पाहिजे.''

ती सुंदर वास्तू पाहून सर्वांच्याच आनंदाला उधाण आलं होतं. पण

आजी-आजोबा मात्र तेवढे उत्साहात नव्हते. त्या विहिरीला अजिबात पाणी नव्हतं आणि त्याच गोष्टीची चिंता त्यांना लागून राहिली होती. त्यांच्या मते पाणी नसलेली विहीर ही निष्पर्ण वृक्षासारखीच असते; किंवा सूर्य नसलेल्या आकाशासारखी, चंद्रतारे नसलेल्या रात्रीसारखी...

"हे मंदिर बंद का करण्यात आलं?" सर्वच जमलेल्यांच्या ओठावर हा प्रश्न होता.

"मी तर्कसुसंगत विचार करून या प्रश्नाचं उत्तर नक्कीच देऊ शकतो," अब्दुल रशीद म्हणाले. "ही मंदिरं आणि त्यातल्या सर्व मूर्ती अभंग आहेत. याचाच अर्थ कुणी शत्रूनं स्वारी करून तोडफोड केलेली नाही, हे उघड आहे. पण मला वाटतं, त्या काळी युद्ध घडलं असावं. आणि अर्थातच या मंदिराची कीर्ती सर्वदूर पसरलेली असणारच. त्यामुळे कधीही शत्रू आपल्या राज्यावर स्वारी करेल आणि या मंदिराची नासधूस करेल, अशी भीती राजा सोमनायकाला वाटली असणार. म्हणूनच या मंदिराची सुंदर कलाकुसर आणि त्यातील मूर्ती अबाधित राहाव्यात या उद्देशाने त्यानं ही विहीर व हा परिसर वाळूनं भरून मंदिरं झाकून टाकली असावीत. आणि नंतर त्या भिंतीवर चिखलाचा लेप लावून सर्व बेमालूमपणे झाकून शत्रूच्या हल्ल्यापासून वाचवलं असावं. ही सुंदर वास्तू सुरक्षित ठेवण्याचा हा एक मार्ग त्यानं अवलंबला असेल. एकदा शत्रू माघारी फिरल्यावर पुन्हा सगळी वाळू आणि चिखल साफ करून ती विहीर आणि मंदिरं पुन्हा सर्वांसाठी खुली करायची, असं त्यानं ठरवलं असणार. परंतु तो ती लढाई हरला आणि त्यामुळे त्याला तशी संधीच मिळाली नाही. कालांतरानं या मंदिरांशी संबंधित एक दंतकथा बनली. ती या पिढीकडून त्या पिढीकडे मौखिक परंपरेनं संक्रमित झाली. पुढे पुढे त्यात बदल होते गेले. त्यामुळे या पायऱ्यांच्या विहिरीविषयी वेगवेगळ्या आख्यायिका पसरल्या आहेत."

"आणि पाण्याचं काय? त्या पाण्याचा स्रोत तर नक्कीच जवळपास कुठं तरी असणार."

"मला असं वाटतं, की इथं जे गोमुख आहे, त्याच्या आसपास कुठेतरी नक्की पाण्याचा स्रोत असणार. कारण आपल्या पूर्वापार चालत आलेल्या परंपरेनुसार गोमुखातून पाणी बाहेर येईल अशी व्यवस्था

करण्यात आलेली असे. आपण उद्याच गोमुखापाशी साफसफाई करू आणि त्याच्या आत अडकलेला कचरा काढून पाहू. किंवा ते गोमुख उघडून पाहू. कुठे अडथळा आला आहे का, पाण्याचा प्रवाह थांबला आहे का, तेही कळेल.''

दुसऱ्या दिवशी दुपारी १२ वाजता गावच्या सर्व बायका एक एक कळशी घेऊन तिथं जमा झाल्या. आज पाण्याचा स्रोत नक्की सापडणार अशी आशा सर्वांच्याच मनात होती. अब्दुल रशीदनं ते गोमुख उघडताच तिथं एक दगड लावलेला दृष्टीस पडला. तो बहुधा पाण्याचा प्रवाह थांबण्यासाठीच तिथं ठेवण्यात आला असावा. अब्दुलचं म्हणणं खरंच होतं. तो आनंदानं उद्‌गारला, ''सोमनायकाच्या त्या शिल्पकारानंच त्याला ही विहीर तात्पुरती बुजवून, मंदिर झाकून टाकण्यापूर्वी इथे गोमुखात असा दगड लावून पाण्याचा प्रवाह थांबवण्यास सांगितला असावा. हे करणं योग्यच होतं. पाण्याचा प्रवाह थांबवताच विहीर कोरडी पडली असणार आणि ती वाळूनं भरून बुजवणं त्यांना सहज शक्य झालं असणार.''

मग अब्दुल व त्याच्या माणसांनी त्या गोमुखाच्या आसपासचा परिसर अत्यंत काळजीपूर्वक स्वच्छ करून गोमुखाच्या आत असलेला दगड दूर केला. लगेच त्या ठिकाणाहून थेंब थेंब पाणी झिरपण्यास सुरुवात झाली. आधी काही वेळ चिखलयुक्त पाणी व गाळ पडत होता. जरा वेळात स्वच्छ पाणी पडू लागलं. काही तासांतच विहिरीचा तळ पाण्यानं पूर्ण भरून गेला. जमलेल्या स्त्रियांपैकी एक जण घाईनं कळशी पाण्यात बुडवायला निघाली. तिला ते पाणी पिऊन बघायचं होतं. पण आजी म्हणाली, ''थांब. आपण गंगामातेला नमन केल्याशिवाय हे पाणी पिणं योग्य नव्हे. गंगा ही सर्व नद्यांची माता आहे. ती आज इथे अवतरली आहे, त्याबद्दल आपण सर्व जण आधी तिचे आभार मानू. पाण्याचा पहिला पेला भरून तो आपण रशीद साहेबांना देऊ. त्यांनी आपल्या मंदिरासाठी अपार परिश्रम केलेले आहेत.''

आजीनं एक स्टीलचा पेला पाण्यानं भरून अब्दुल रशीदच्या हाती ठेवला. ते पूर्वेकडे मक्केच्या दिशेनं तोंड करून गुडघे टेकून बसले आणि त्यांनी नमाजपठण केलं. ''अल्ला, आमच्यावर, या मंदिरावर आणि इथल्या सगळ्या लोकांवर तुझी सदैव कृपादृष्टी असू देत. या

पाण्याचा स्रोत हा ऊर्जेचा आणि प्रेरणेचा स्रोत बनून राहू देत. तो कधी न आटणारा अखंडित झरा असू देत.''

त्या पाण्याचा एक घोट घेऊन ते म्हणाले, ''हे तर शहाळ्याच्या पाण्याइतकं गोड आहे.''

आजीच्या जवळच्या खुर्चीत एक वेताची झाकण असलेली दुरडी होती. तिनं तिचं झाकण उघडलं. त्यात काही गोष्टी होत्या. एक लुगडं, एक खण, बांगड्या, फुलं,. कुंकवाचा करंडा, फळं, मिठाई, नारळ आणि एका व्यक्तीच्या जेवणाचा कोरडा शिधा अशी सगळी सामग्री त्यात होती. त्या पाण्याच्या रूपानं समोर अवतरलेल्या गंगामाईसमोर आजीनं ती दुरडी ठेवली. मग ती उचलून एकदा त्या गोमुखाला टेकवली. त्यानंतर ती रशीदच्या हाती देऊन ती म्हणाली, ''आम्ही कर्नाटकात याला 'मरद बागिना' असं म्हणतो. हे आम्ही देवाला अर्पण करतो. देवाचे आशीर्वाद घेतो आणि मग तो प्रसाद म्हणून कुणालातरी देतो. मी आत्ता गंगामाईला अर्पण करून हा प्रसाद तुमच्या पत्नीसाठी देत आहे. हा गंगामातेचा आशीर्वाद आहे. आमची ही परंपरा आहे. तुम्ही याचा स्वीकार कराल ना रशीद साहेब?''

अब्दुल रशीद अवाक झाले होते. त्यांना काय बोलावं ते सुचेना. त्यांनी अत्यंत आदरपूर्वक नम्रपणे वाकून आजीच्या हातातून ती दुरडी घेतली.

पुढच्या पाण्याचा पेला अनुष्काला द्यावा असं ठरलं; पण ती कुठेच दिसेना. ते उत्खनन चालू झाल्याच्या दिवसापासून ती सतत आजूबाजूलाच घुटमळत असायची. काही तरी काम करत, कुणाला तरी मदत करत असायची. या लहानशा मुलीच्या जिद्दीमुळे व साहसीवृत्तीमुळेच या अद्भुत, अकल्पित वास्तूचा शोध लागला, याची गावच्या प्रत्येकालाच कल्पना होती. मग तिचा शोध सुरू झाला. सर्व जण तिला हाका मारत सुटले. मग ती मंदिराच्या मागच्या बाजूनं पळत पुढे आली. ते पाणी उकळून किंवा गाळून शुद्ध केलेलं नसूनही, किंचितही आढेवेढे न घेता तिनं ते प्यायलं.

शंकर मास्तर म्हणाले, ''हे नैसर्गिक झऱ्याचं पाणी आहे. ते वाळूच्या थरांनी बनलेल्या नैसर्गिक गाळणीमधून शुद्ध होऊन आपल्यापर्यंत आलं आहे.''

''हो. आणि हे तर अमृताहूनही गोड आहे,'' अनुष्का आजीनं

सांगितलेल्या गोष्टीतल्या शब्दांचा वापर करत म्हणाली.

सर्वांच्या उत्साहाला नुसतं उधाण आलं. सर्व महिलांनी एक एक पेलाभर पाणी प्यायलं.

त्याच संध्याकाळी प्रसारमाध्यमांना ही बातमी देण्यात आली. ताबडतोब पत्रकारांचा ओघ गावाकडे सुरू झाला.

उत्खननाच्या सुरुवातीच्या काळात अब्दुल रशीदनं पत्रकारांना आणि माध्यम प्रतिनिधींना मुद्दामच दूर ठेवलं होतं. परंतु आता मात्र उत्खननात सापडलेल्या या मंदिराविषयी देशाच्या जनतेला सांगायला हवं, असा त्यानं विचार केला.

अनेक पत्रकारांनी मुलाखतीसाठी आजोबा, हनुमेगौडा, शंकर मास्तर, अब्दुल रशीद व त्याचे सहकारी या सर्वांना गराडा घातला. अनुष्का आणि तिच्या बालमित्रमंडळींनासुद्धा कुणीही विसरलं नव्हतं. सर्व जण त्या लहान मुलांना हा एकच प्रश्न विचारत होते : 'त्या दिवशी त्या ठिकाणी खणण्याचं तुम्हाला सुचलं तरी कसं?'

सर्व मुलं बुजली होती. त्यांना काय बोलावं तेच सुचत नव्हतं. पण अनुष्का मात्र धीट होती. ती म्हणाली, "ज्या कुणाचं या गावावर प्रेम आहे व ज्याला या गावात कोणे एके काळी अशी पायऱ्यांची विहीर आणि मंदिरं होती असा ठाम विश्वास होता, त्या कुणीही हेच केलं असतं, जे आम्ही केलं."

आजोबांच्या मते, तिचं हे उत्तर अगदी धोरणी होतं.

डॉ. शेखर यांचीसुद्धा मुलाखत घेण्यात आली.

एक दिवसातच गावातल्या या उत्खननाची बातमी संपूर्ण राज्यातील दैनिकांपर्यंत जाऊन पोहोचली. वृत्तपत्रांमधून फोटो झळकले. काही उत्साही स्वयंसेवकांनी या वास्तूची माहिती देणारं एक छोटंसं परिपत्रक बनवलं. सांस्कृतिक मंत्रिमहोदयांनी तत्काळ घोषणा केली- ही वास्तू आता राज्याच्या पुरातत्त्व विभागाच्या अखत्यारीत असून, ही ऐतिहासिक वास्तू म्हणून घोषित करण्यात येत आहे. पर्यटकांच्या सुविधेसाठी बंगळुरूहून या स्थळापर्यंत खास बस सोडण्यात येईल.

ही बातमी दिल्लीपर्यंत पसरली. केंद्रीय शिक्षण मंत्र्यांनीसुद्धा या ऐतिहासिक वास्तूमध्ये रस घेऊन तिच्या जतनासाठी अंदाजपत्रकामध्ये खास निधीची तरतूद केली.

लवकरच सोमनहळ्ळी गावाच्या वेशीपाशी एक नवी पाटी लावण्यात आली. त्या पाटीवर सोमनायक राजाचं कर्तृत्व, दातृत्व आणि त्याने केलेल्या सुधारणांची थोडक्यात माहिती देण्यात आली होती. त्या पाटीवर ठळक अक्षरात असंही लिहिण्यात आलं होतं – 'या गावातील स्थापत्यशास्त्राचा अद्वितीय नमुना असणाऱ्या वास्तुशिल्पाला जरूर भेट द्या.'

ते सगळे दिवसच सुंदर आणि भारलेले होते.

निरोपसमारंभ

दुसरा दिवस शुक्रवार होता. अनुष्काची दहा आठवड्यांची सुट्टी संपत आली होती. सोमवारी तिची शाळा सुरू होणार होती. अमित दोन दिवसांनी दिल्लीला परत जाणार होता. मेधा आणि आनंद गावच्याच वरदा हायस्कूलमध्ये होते. त्यांचीही शाळा सुरू होणार होती. दोघंही वरच्या इयत्तेत जाणार होते. महादेवसुद्धा हवेरीला रोज जाऊन येऊन कॉलेजमध्ये शिकत असे. त्याचाही अभ्यासक्रम सुरू होणारच होता.

प्रत्येकाचा दिनक्रम सुरू होणार होता.

अनुष्का दुसऱ्याच दिवशी बंगळुरूला परत जाणार होती. तिचे वडील डॉ. शेखर तिला न्यायला येणार होते. संध्याकाळी ती तिच्या सामानसुमानाची आवराआवर करून कपडे भरत बसली होती. आजी उदास होती. गेले दहा आठवडे आजीची ही लाडकी नात तिच्यासोबत राहिली होती. आजी-आजोबांच्या म्हातारपणी तिचं घरी येणं, त्यांच्याबरोबर राहणं हा त्यांच्यासाठी अत्यंत आनंदाचा विषय होता. आजीचं मन उद्यापासून तिच्या आठवणीनं बेचैन होणार होतं.

अनुष्काला या सुट्टीत खूप काही शिकायला मिळालं होतं. तिला नवीन मित्रमंडळी मिळाली होती. वेगवेगळ्या वातावरणात वाढलेली. त्यांची आणि तिची खूप घट्ट मैत्री झाली होती. किती सुंदर निरोगी मैत्री होती ती! ना स्पर्धा, ना हेवेदावे. तिच्या वडिलांनी तिला कन्नड भाषेची डिक्शनरी आणून दिल्यामुळे तिचं कन्नडही छान सुधारलं होतं. पापड बनवण्यामधला, ते गच्चीवर नेऊन वाळवण्यातला आणि आजीला त्यासाठी मदत करण्यातला आनंद तिनं लुटला होता. उत्खननाच्या

ठिकाणी गावकऱ्यांबरोबर एकजुटीनं काम करणं, मदत करणं, सर्वांना पाणी पुरवणं हाही एक सुंदर अनुभव तिनं घेतला होता. निसर्गाच्या सान्निध्यात स्वच्छ मोकळ्या हवेत ती मनसोक्त बागडली होती. अजून पक्षी, प्राणी, कीटक, पानंफुलं, झाडंझुडपं याबद्दल केवढंतरी तिला शिकायचं होतं. आणखी एक खूप महत्त्वाची गोष्ट म्हणजे या सुट्टीत तिला सायकल चालवायला येऊ लागली होती. त्यामुळे आता सायकल चालवत गावभर कुठेही फिरण्याची मोकळीक होती. पण या इतर सर्व गोष्टींपेक्षासुद्धा सर्वांत आनंददायक गोष्ट अशी, की सोमनहळ्ळीमध्ये ज्या पुरातन, ऐतिहासिकदृष्ट्या महत्त्वाच्या वास्तूचा शोध लागला होता, त्यात तिचा फार मोलाचा वाटा होता. त्या ठिकाणी झालेल्या उत्खननात जी पायऱ्यांची विहीर आणि मंदिरांचं संकुल सापडलं होतं, त्यामुळे सोमनहळ्ळीला केवढंतरी महत्त्व प्राप्त झालं होतं.

आजोबांनी एक अभिनव कल्पना सुचवली. या भव्य प्रकल्पासाठी चाळीस स्वयंसेवकांनी अहोरात्र राबून तो यशस्वी करून दाखवला, त्यांचा सत्कार करण्यात यावा, असं मत त्यांनी मांडलं. अगदी सुरुवातीच्या काळात जेव्हा काम सुरू झालं तेव्हा काम करण्यासाठी उत्साहानं असंख्य माणसं पुढे सरसावली होती. हळूहळू त्यांची संख्या कमी होत गेली. परंतु हे चाळीस स्त्री-पुरुष मात्र अगदी शेवटपर्यंत काम करत राहिले होते. अनेकदा कोणताही प्रकल्प यशस्वी झाला की त्यांचं व्यवस्थापन करणाऱ्या, नेतृत्व करणाऱ्या माणसाचा आठवणीनं सत्कार केला जातो; परंतु त्याच्या आज्ञेनुसार प्रत्यक्ष जे लोक त्याच्या हाताखाली राबतात, त्यांचा जगाला विसर पडतो. पण अशा लोकांच्या मदतीशिवाय कोणताही प्रकल्प पूर्ण होऊ शकत नाही.

आजोबांनी आपला मुलगा म्हणजेच अनुष्काचे वडील डॉ. शेखर यांना फोन लावला, "शेखर, हे बघ, उद्या तू जेव्हा बंगळुरूहून इकडे येशील तेव्हा येताना दोन करंड्या भरून सफरचंद आणि चाळीस मनगटी घड्याळं नक्की घेऊन ये. हो आणि त्यातील पंचवीस जेंट्स घड्याळं आणि पंधरा लेडीज घड्याळं आण."

"हो अप्पा, मी हे सगळं सामान आणीन. पण मला सांगा, हे सगळं कशासाठी?"

"अरे, या उत्खननाच्या प्रकल्पासाठी ज्या कुणी मदत केली आहे

त्या सर्वांसाठी मी एक छोटासा कौतुक सोहळा आयोजित करणार आहे. त्यासाठी स्नेहभोजन ठेवायचं माझ्या मनात आहे. त्याच वेळी या स्वयंसेवकांना एक छोटीशी भेटवस्तू प्रेमाचं प्रतीक म्हणून द्यावी, असं मनात येतंय.''

डॉ. शेखर यांना आश्चर्याचा धक्का बसला.

''काय? तुम्ही गावजेवण घालणार आहात? अहो, पण इतक्या माणसांचं अन्न कोण शिजवणार?''

''त्या सगळ्याची चिंता तू करू नकोस रे. मी हवेरीहून दोन आचाऱ्यांना बोलावलं आहे.''

''ठीक आहे,'' असं म्हणून डॉ. शेखर यांनी फोन ठेवला.

दुसरा दिवस उजाडला. हवा थंड आणि प्रसन्न होती. उन्हाळा संपून पावसाळ्याची सुरुवात होती. उत्खननापासून जवळच भलामोठा शामियाना उभारण्यात आला होता. तिथे टेबलं मांडण्यात आली होती. त्यावर स्वच्छ धुतलेली केळीची पानंसुद्धा नीटनेटकेपणानं ठेवण्यात आली होती. अतिशय स्वादिष्ट भोजन होतं.

स्नेहभोजनाचा कार्यक्रम फार आनंदात पार पडला. शामियानाच्या एका बाजूला एक छोटा मंच उभारण्यात आला होता. हनुमेगौडा, आजोबा, अब्दुल रशीद आणि शंकर मास्तर मंचावर बसले होते. एव्हाना डॉ. शेखरही बंगळुरूहून येऊन पोहोचले होते. ते एका बाजूला उभे होते.

बाकी सर्व लोक मंचासमोर खुर्च्यांवर बसले होते.

हनुमेगौडा भाषण करायला उठले, ''गावकरी मंडळींनो, आपल्या सर्वांच्या आयुष्यात हा दिवस उजाडला आहे, ही आपल्या दृष्टीनं अत्यंत अभिमानाची गोष्ट आहे. परंतु मुळात हा दिवस आपल्या आयुष्यात आला, तो तुम्हा सर्वांच्याच एकजुटीनं केलेल्या प्रयत्नांमुळेच. ही विहीर पूर्वीच्या काळी पाण्यानं भरलेली असे, परंतु ती नंतर बंद करण्यात आली. ती का, याची बरीच कारणं शंकर मास्तरांनी आपल्यासमोर ठेवली. त्यातलं नेमकं कोणतं घडलं असावं, हे कळायला काही मार्ग नाही. पण या सर्वांतून एक गोष्ट लक्षात येते, जनतेनं जेव्हा पाण्याच्या स्रोताचा अवमान केला, तेव्हाच या स्रोतानं त्यांच्याकडे पाठ फिरवली. आपण रत्नावतीची गोष्ट ऐकली, तर लक्षात येतं की, तिनं या विहिरीत

पोहून इथलं पाणी दूषित करण्याचा प्रमाद केला. शशीशेखरच्या कथेतूनही हेच लक्षात येतं. त्यानं आणि त्याच्या मित्रांनी मौजमस्ती करून इथलं पाणी अपवित्र केलं. पाणी जेव्हा दूषित होतं, तेव्हा अर्थात सगळीकडे रोगराई पसरते. म्हणूनच आपण पाण्याचा आदर राखला पाहिजे, पाण्याच्या स्रोताचं पावित्र्य जपलं पाहिजे.''

''पण पाणी दूषित होण्यापासून वाचवायचं कसं?'' प्रेक्षकातून कुणीतरी विचारलं.

''आम्ही गावच्या पंचायतीच्या वतीनं इथं काही नियम घालून देणार आहोत,'' हनुमेगौडा म्हणाले, ''या विहिरीत पाय बुडवण्यापूर्वी प्रत्येकाला हात-पाय स्वच्छ धुवावे लागतील. ते धुण्याची सोय आम्ही इथं शेजारीच करणार आहोत. प्रत्येक नागरिकाला जास्तीत जास्त एक कळशी पाणी भरून नेण्याची परवानगी राहील. ते पाणी फक्त पिण्यासाठीच वापरावं लागेल. येथे सहलीला येणं, आरडाओरड करणं, विहिरीत पोहोण्यासाठी उतरणं इत्यादी गोष्टी करण्यास मनाई असेल. या परिसरात संगीत, नृत्य आदी सांस्कृतिक कार्यक्रम रीतसर आयोजित करण्याची परवानगी मिळेल. प्रेक्षकांना शांततेनं व शिस्तीनं वागून या कलांचा आनंद घेता येईल. येथील देवदेवतांसमोर नारळ फोडणं, हार, उदबत्त्या, फुलं इत्यादी अर्पण करणं यासारख्या गोष्टींना परवानगी देण्यात येणार नाही, कारण त्यामुळे परिसराची स्वच्छता राहत नाही. येथील देवदेवतांमुळे नैवेद्यरूपी खाद्य पदार्थही कुणी ठेवू नयेत, कारण त्यामुळे कावळे व किड्यामुंग्यांचा प्रादुर्भाव होऊ शकतो. दररोज सकाळी येथे येऊन रीतसर पूजाअर्चा करण्यासाठी पुरोहितांची नेमणूक करण्यात येईल. इतर सामान्य जनतेला येथे दर्शनासाठी येता येईल.''

हनुमेगौडा यांनी दीर्घ श्वास घेतला. ते पुढे म्हणाले, ''मी लवकरच बाहेर एक कचेरी उघडणार आहे. याचं कारण असं, की लवकरच लोकांची इकडे दर्शनाला रीघ लागेल. गंगामाईच्या दर्शनाला आलेले भक्त स्वाभाविकच तिला लुगडं, खण नारळ, नाणी इत्यादी अर्पण करतील. पाण्यात या गोष्टी टाकण्यात आल्या, तर परत चांगलं पाणी दूषित होण्याचा धोका आहेच. त्यामुळे येथे असं काहीही करण्याची कुणालाच परवानगी नसेल. त्याऐवजी लोकांनी आणलेल्या वस्तू या ठिकाणच्या काऊंटरवर स्वीकारल्या जातील. अशा प्रकारे जमा झालेली

लुगडी, खण व इतर वस्तूंचा वार्षिक लिलाव करण्यात येईल. त्यातून जमा झालेल्या निधीतून मंदिराच्या दुरुस्तीचा खर्च निघेल. आम्ही त्यासाठी सरकारकडे मदत मागणार नाही. ही विहीर, ही वास्तू, ही देवालयं आपली आहेत. त्यांची देखभाल आपणच करायला हवी ना?''

त्यांच्यानंतर आजोबा उठून उभे राहिले. या प्रकल्पाच्या यशामध्ये ज्यांचे कष्ट कारणीभूत होते, त्या सर्वांचे त्यांनी आभार मानले. ते पुढे ठामपणे म्हणाले, ''महिन्यातून दर पौर्णिमेच्या दिवशी साफसफाईसाठी ही विहीर बंद ठेवण्याची जुनी परंपरा होती. तिचं पालन इथूनपुढेसुद्धा आपण करतच राहू. तुम्ही सर्व जण या संपूर्ण प्रकल्पात सहभागी झाला होता, त्यामुळे आज इथे उपस्थित असलेल्या तुम्हा सर्वांचाच मला सत्कार करायचा आहे. मी इथल्या खास पाच लोकांना आत्ता व्यासपीठावर येण्याची विनंती करतो. त्यांच्या मदतीनं मी हा सत्कार करणार आहे. अनुष्का, अमित, आनंद, मेधा आणि महादेव, तुम्ही सर्वांनी कृपया व्यासपीठावर या पाहू.''

त्यांचे हे उद्‌गार ऐकून सर्वांनाच आश्चर्याचा गोड धक्का बसला. लोकांनी आनंदानं टाळ्यांचा प्रचंड कडकडाट केला.

तो एक सुंदर असा आनंदसोहळा होता.

सगळे स्वयंसेवक आपापल्या जागी जाऊन बसल्यावर अब्दुल रशीद म्हणाले, ''हा माझ्यासाठी एक फार आगळावेगळा अनुभव होता. येथे एक सुंदर उद्यान निर्माण करण्यासाठी त्याचप्रमाणे या विहिरीभोवती एक संरक्षक भिंत बांधून घेण्यासाठी मी राज्य आणि केंद्र सरकारकडे निधीसाठी विनंतीअर्ज करणार आहे.''

त्यानंतर शंकर मास्तर आभार प्रदर्शनासाठी उठून उभे राहिले; परंतु त्याआधी डॉ. शेखर यांना स्वत:चं मनोगत मांडण्याची इच्छा होती. त्यांनी शंकर मास्तरांना तसं सांगताच मास्तरांनी त्यांना आपल्याआधी बोलण्याची परवानगी दिली.

डॉ. शेखर मंचावर नव्हते. ते खालच्या बाजूला, मंचालगत पुढे उभे होते. मंचावर चढून न जाता जागच्या जागीच प्रेक्षकांकडे वळून बघत त्यांनी बोलायला सुरुवात केली, ''मी जरी आत्ता व्यासपीठावर नसलो, तरीही तुम्हा सर्वांशी मला थोडं बोलायचंय. मी इथून पुढे महिन्यातून

दोनदा बंगळुरूहून इकडे यायचं ठरवलं आहे. अप्पांनी त्यांच्या जागेपैकी एखाद्या जागेचं जर छोट्याशा दवाखान्यात रूपांतर केलं, तर मी तिथं तुम्हा सर्वांवर मोफत उपचार करीन. मी या गावचाच असून या गावाचं ऋण अल्प स्वल्प प्रमाणात का होईना; पण फेडण्याची माझी इच्छा आहे.''

त्यानंतर महादेवकडे वळून म्हणाले, ''महादेवच्या डोक्यात जो उपक्रम गावात राबवायचा आहे, त्यासाठी लागेल ती आर्थिक मदत मी करायला तयार आहे. फक्त त्यासाठी माझी एकच अट आहे. त्यानं तत्पूर्वी स्वतःचं शिक्षण पूर्ण केलं पाहिजे. तो हुशार आहे, धाडसी आहे. अनुष्का जेवढे दिवस इथं राहिली, तेवढे दिवस तिला त्याचा खरोखरच भक्कम आधार होता. आपल्या गावाला महादेव आणि हनुमेगौडा यांच्यासारख्या लोकांची खरोखरच गरज आहे.''

डॉ. शेखर यांनी ठरवलेला हा बेत ऐकून लोकांनी टाळ्यांचा कडकडाट केला. कार्यक्रमानंतर सर्व जण आपापल्या घरी परत गेले.

अनुष्कानं आजीच्या घरी पोहोचल्यावर आपलं सामान आवरून बाहेर आणलं. डॉ. शेखर यांनी ते कारमध्ये ठेवलं. नंतर ते आपल्या आई-वडिलांकडे वळून म्हणाले, ''अप्पा आणि अम्मा, मला वाटतं मी आणि उषानं अनुष्काला सुट्टीत इकडे पाठवण्याचा निर्णय घेतला, तो अत्यंत योग्य होता. त्यामुळे तिचे स्पर्धा परीक्षांचे सुट्टीतले अभ्यास वर्ग जरी बुडले असले, तरीही फारसं काही बिघडलेलं नाही. प्रत्येकानं आपल्या मुलाला सर्वांगीण विकासाची संधी दिलीच पाहिजे. ते किती महत्त्वाचं आहे, हे मला आता कळून चुकलंय. खरंतर ही गोष्ट आज अनुष्काकडूनच मी शिकलो. मी या गावचा असल्याचा मला सार्थ अभिमान आहे. मी त्याबद्दल स्वतःला भाग्यवानच समजतो.''

त्यानंतर ते अनुष्काकडे वळून म्हणाले, ''अनुष्का, सगळ्या पालकांना असंच वाटत असतं, की आपल्या मुलांनी शिक्षण क्षेत्रात खूप यश मिळवावं, परीक्षांमध्ये चमकावं. मीही हाच विचार करत होतो; परंतु जीवनानं तुझ्यासमोर इतके सुंदर अनुभव घेण्याची संधी ठेवलेली आहे, या गोष्टीचा मला विसर पडला होता. पण आता जणू काही तू शाळेच्या वर्गात प्रथम क्रमांक मिळवल्याइतका आनंद झालाय मला. तू माझी मुलगी असल्याचा आज मला किती आनंद होतो आहे, हे तर मी तुला सांगूच शकत नाही.''

त्यावर आजी हसून म्हणाली, "मलासुद्धा खूप आनंद झाला आहे. उषाला आणि मला जे कधी करता आलं नाही, ते अनुष्काला करायला मिळालं."

अनुष्का घराच्या पुढच्या दारातून बाहेर आली, तर खूप गावकरी तिचा निरोप घेण्यासाठी घरासमोर जमले होते. गेले काही दिवस ती त्यांच्या आयुष्याचा एक भाग बनून गेली होती.

अनुष्काच्या आईनं दिल्लीहून आणलेल्या भेटवस्तू अनुष्कानं मेधा, महादेव आणि अमित यांना दिल्या. उषानं मेधासाठी क्रॉस्टिच कीट्स आणली होती. मेधानं पण अनुष्कासाठी एक पर्स स्वतः विणली होती. तिनं ती अनुष्काला दिली. ती हळूच म्हणाली, "अनुष्का, बघ ही मी तुझ्यासाठी विणली आहे. जेव्हा कधी तू ही वापरशील, तेव्हा माझी आठवण काढ हं!"

आजीनं महादेवला एक पिशवी पापड, लोणच्याच्या बरण्या, भरपूर लाडू आणि केळ्यांचे घड गाडीत ठेवायला सांगितले. ती आपल्या मुलाकडे पाहून म्हणाली, "हे पापड मी फक्त लाटले आहेत बरं का; पण आपल्या अनुष्कानं ते वरती गच्चीत नेऊन वाळत घातले आणि दिवसभर त्यांच्याकडे लक्षसुद्धा ठेवलं. आणि मी जेव्हा आंब्याचं लोणचं घालत होते ना, तेव्हासुद्धा तिनं मला केवढीतरी मदत केली. मला तिची इतकी आठवण येणार आहे ना!"

त्यानंतर आजीनं अनुष्काला एक सुंदर मोत्यांची माळ दिली, "अनुष्का, आज माझ्यातर्फे तुला ही भेट. मी जेव्हा तुझ्याएवढी होते ना, तेव्हा माझ्या आजीनं ही मला दिली होती. तू ती नीट जपून ठेव. आजपासून ही तुझी झाली."

अनुष्का आजीच्या गळ्यात पडली. ती तिच्या कानात कुजबुजली, "आजी, मला ही माळ खूप आवडली. पण खरं सांगू? ती आणखी एक गोष्ट झाली, तर मला खूप आवडेल. वरदा नदी आणि वरदा हिल या दोन्ही ठिकाणी बाथरूमला जाण्याची काहीच सोय नाहीये गं. माझ्यासारखे लोक तिथे गेले, की किती पंचाईत होते त्यामुळे."

त्यावर आजी मोठ्यांदा हसली. ती म्हणाली, "अगं, मग हे कानात कुजबुजतेस कशाला? आता हे काम मी माझंच समजते. आणि ही जबाबदारी अख्खं गाव नक्कीच घेईल. आता पुढच्या खेपेला तू इकडे

येशील ना, तेव्हा वरदा नदीकाठी आणि टेकडीवर स्वच्छतागृहांची सोय नक्कीच झालेली असेल, बघ. मी तुला वचन देते.''

अनुष्कानं आजीला परत एकदा कडकडून मिठी मारली. तिचं आजीच्या चेहऱ्याकडे लक्ष गेलं. आजीचे डोळे भरून आले होते. अनुष्का म्हणाली, ''आजी, अगं काळजी करू नको. मी आता दर वर्षी इकडे येणारच आहे. मला माझी सुट्टी तुझ्याबरोबरच घालवायची आहे.''

आजोबा मात्र फारसं काही बोलले नाहीत. आपल्या नातीच्या कर्तृत्वावर ते फार खूश होते. त्यांनी हळूच आपला हात तिच्या डोक्यावरून फिरवला आणि तिला थोपटलं.

❖